Impressum
Verlag: BABADADA GmbH, Nedderfeld 112 , 22529 Hamburg
Geschäftsführer / Verlagsleitung: Harald Hof
Druck: Books on Demand GmbH, In de Tarpen 42, 22848 Norderstedt

Imprint
Publisher: BABADADA GmbH, Nedderfeld 112 , 22529 Hamburg, Germany
Managing Director / Publishing direction: Harald Hof
Print: Books on Demand GmbH, In de Tarpen 42, 22848 Norderstedt, Germany

школа

trường học

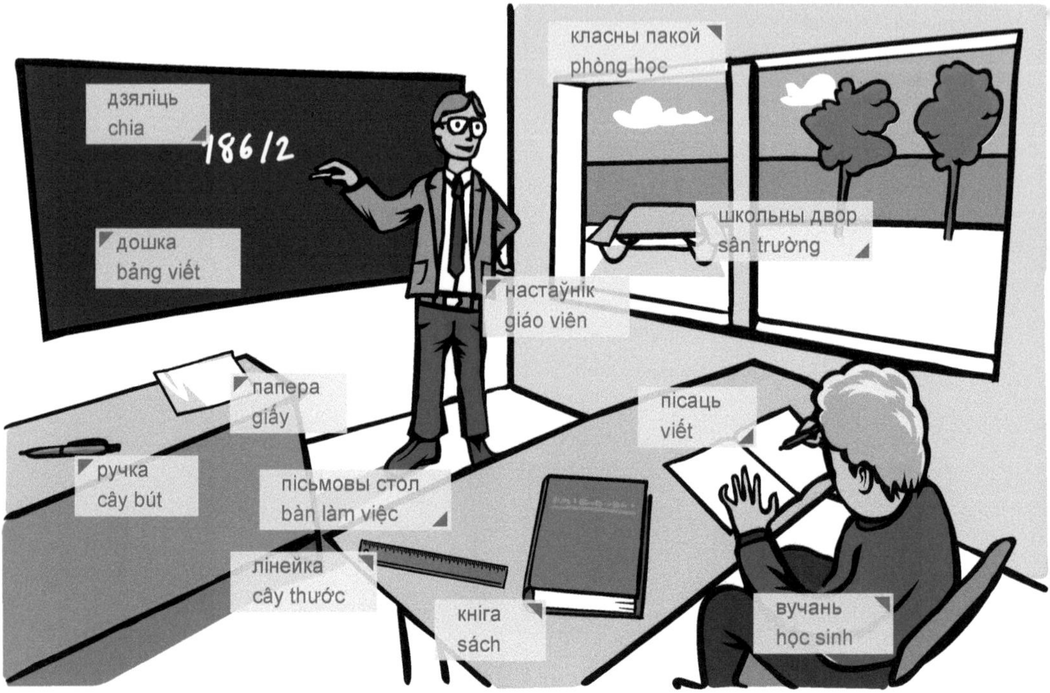

класны пакой
phòng học
дзяліць
chia
186/2
дошка
bảng viết
школьны двор
sân trường
настаўнік
giáo viên
папера
giấy
пісаць
viết
ручка
cây bút
пісьмовы стол
bàn làm việc
лінейка
cây thước
кніга
sách
вучань
học sinh

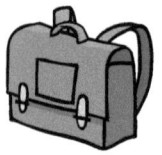

ранец

cặp đeo vai học sinh

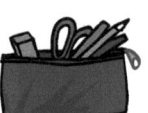

пенал

hộp đựng bút

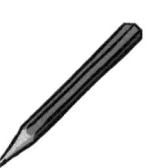

просты аловак

bút chì

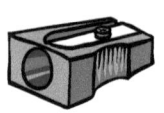

тачылка для алоўкаў

cái gọt bút chì

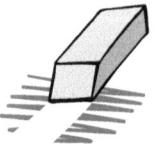

гумка

cục tẩy

альбом для малявання

tập giấy vẽ

малюнак

bản vẽ

пэндзлік

cọ vẽ

фарбы

hộp mực vẽ

нажніцы

cây kéo

клей

keo dán

сшытак

sách bài tập

хатняе заданне

bài tập ở nhà

12

лік

số

2+2

дадаваць

cộng

5-2

адымаць

trừ

2×2

множыць

nhân

лічыць

tính toán

A

літара

chữ cái

ABCDEFG HIJKLMN OPQRSTU VWXYZ

алфавіт

bảng chữ cái

слова

từ

тэкст

văn bản

чытаць

đọc

крэйда

phấn viết

ўрок

bài học

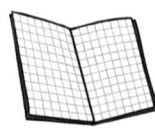

класны журнал

sổ lớp

экзамен

thi kiểm tra

атэстат

chứng chỉ

школьная форма

đồng phục học sinh

адукацыя

giáo dục

энцыклапедыя

từ điển bách khoa

універсітэт

đại học

мікраскоп

kính hiển vi

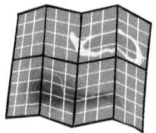

карта

bản đồ

смеццевы кошык

thùng rác giấy

гатэль
khách sạn

Grand

хостэл
nhà trọ

ROOMS

абменны пункт
quầy đổi tiền

EXCHANGE

чамадан
va li

аўтамабіль
xe ô tô

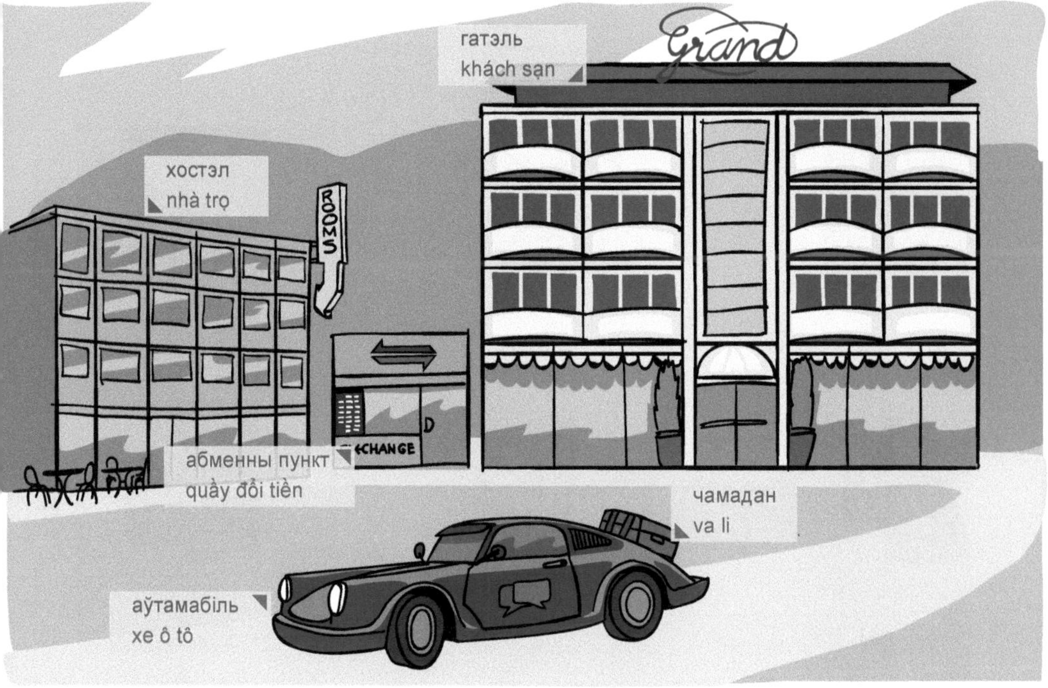

мова

ngôn ngữ

так / не

có / không

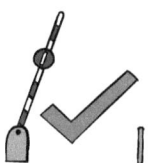

добра

ô kê

прывітанне!

Xin chào

перакладчык

thông dịch viên

дзякуй

cám ơn

Колькі каштуе....?

... bao nhiêu tiều?

я не разумею

tôi không hiểu

праблема

vấn đề

Добры вечар!

Xin chào! (buổi tối)

Добрай раніцы!

xin chào! (buổi sáng)

Дабранач!

chúc ngủ ngon!

да пабачэння

tạm biệt

кірунак

hướng đi

багаж

hành lý

сумка

túi xách

заплечнік

túi ba lô

госць

khách

пакой

phòng

спальны мяшок

túi ngủ

палатка

lều

інфармацыя для турыстаў

thông tin du lịch

пляж

bãi biển

крэдытная картка

thẻ tín dụng

снеданне

ăn sáng

абед

ăn trưa

вячэра

ăn tối

праязны білет

vé xe

ліфт

thang máy

паштовая марка

tem bưu điện

мяжа

biên giới

мытня

hải quan

пасольства

đại sứ quán

віза

thị thực

пашпарт

hộ chiếu

транспарт
vận chuyển

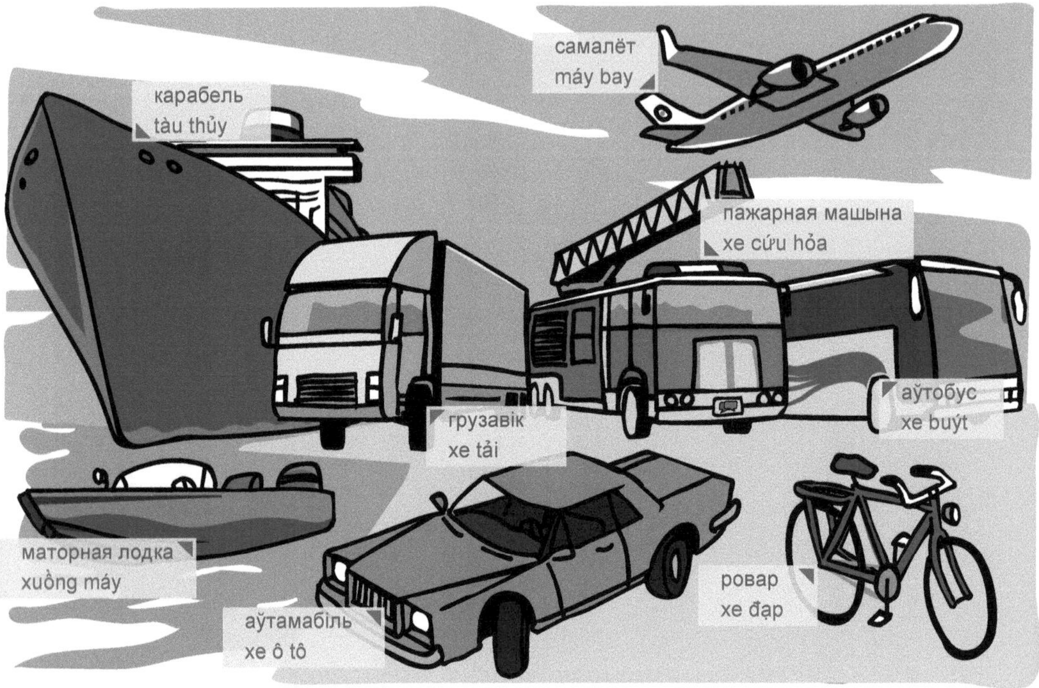

самалёт
máy bay
карабель
tàu thủy
пажарная машына
xe cứu hỏa
аўтобус
xe buýt
грузавік
xe tải
маторная лодка
xuồng máy
ровар
xe đạp
аўтамабіль
xe ô tô

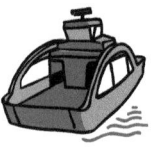

паром
phà

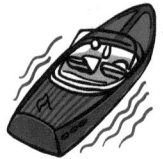

лодка
xuồng

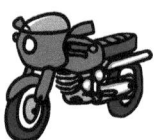

матацыкл
xe máy

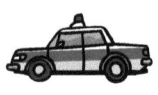

паліцэйская машына
xe cảnh sát

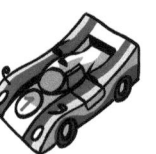

гоначны аўтамабіль
xe đua

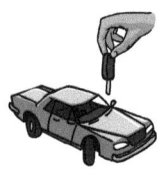

арэндаваны аўтамабіль
xe cho thuê

сумеснае карыстанне аўтамабілем

dịch vụ thuê xe tự lái

эвакуатар

xe kéo cứu hộ

смеццявоз

xe rác

матор

động cơ

паліва

xăng

запраўка

trạm xăng

дарожны знак

biển báo giao thông

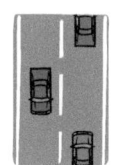

дарожны рух

giao thông

затор

ách tắc giao thông

паркоўка

bãi đậu xe

чыгуначная станцыя

nhà ga

рэйкі

đường ray

цягнік

xe lửa

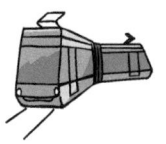

трамвай

tàu điện

вагон

toa xe

верталёт

máy bay trực thăng

аэрапорт

sân bay

вежа

tháp

пасажыр

hành khách

кантэйнер

côngtenơ

кардонная скрыня

thùng các-tông

тачка

xe đẩy

карзіна

cái giỏ

ўзлятаць / прызямляцца

cất cánh / hạ cánh

горад

thành phố

вёска

làng

цэнтр горада

trung tâm thành phố

дом

nhà

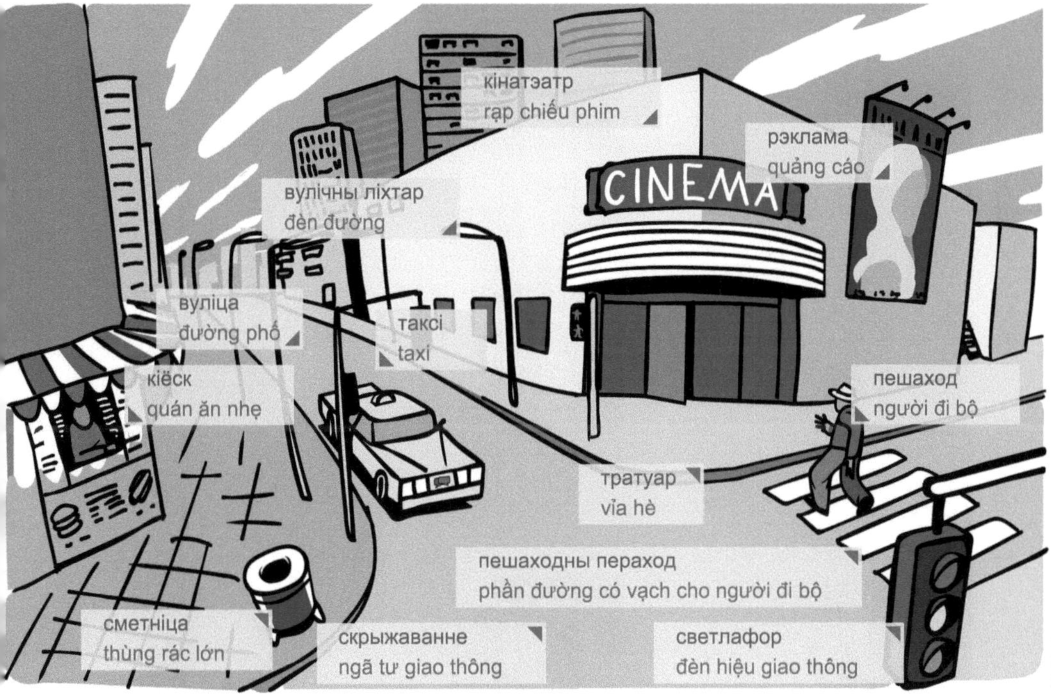

кінатэатр
rạp chiếu phim

рэклама
quảng cáo

вулічны ліхтар
đèn đường

CINEMA

вуліца
đường phố

таксі
taxi

кіёск
quán ăn nhẹ

пешаход
người đi bộ

тратуар
vỉa hè

пешаходны пераход
phần đường có vạch cho người đi bộ

сметніца
thùng rác lớn

скрыжаванне
ngã tư giao thông

светлафор
đèn hiệu giao thông

халупа

nhà chòi

кватэра

căn hộ

чыгуначная станцыя

nhà ga

ратуша

tòa thị chính

музей

viện bảo tàng

школа

trường học

універсітэт

đại học

банк

ngân hàng

шпіталь

bệnh viện

гатэль

khách sạn

аптэка

hiệu thuốc

офіс

văn phòng

кнігарня

hiệu sách

крама

cửa hiệu

кветкавая крама

cửa hiệu bán hoa

супермаркет

siêu thị

кірмаш

chợ

універмаг

cửa hàng bách hóa

рыбная крама

người bán cá

гандлевы цэнтр

trung tâm mua bán

порт

bến cảng

парк

công viên

лава

ghế băng

мост

cầu

лесвіца

cầu thang

метро

tàu điện ngầm

тунэль

đường hầm

прыпынак

trạm xe buýt

бар

quán bar

рэстаран

khách sạn

паштовая скрыня

hòm thư công cộng

вулічны паказальнік

bảng hiệu đường

паркамат

đồng hồ đậu xe

заапарк

vườn bách thú

басейн

bể bơi

мячэць

nhà thờ Hồi giáo

сядзіба

nông trại

забруджванне
навакольнага асяроддзя

ô nhiễm môi trường

могілкі

nghĩa trang

царква

nhà thờ

пляцоўка для гульні

sân chơi

храм

ngôi đền

краявід
phong cảnh

ліст
lá cây

паказальнік
bảng chỉ đường

дарога
lối đi

луг
bãi cỏ

камень
hòn đá

дрэва
cây

падарожнік
người đi bộ đường dài

рака
sông

трава
cỏ

кветка
bông hoa

даліна

thung lũng

гара

đồi

возера

hồ nước

лес

rừng

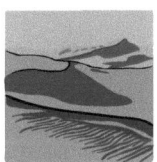

пустыня

sa mạc

вулкан

núi lửa

замак

lâu đài

вясёлка

cầu vồng

грыб

nấm

пальма

cây cọ

камар

con muỗi

муха

con ruồi

мурашка

con kiến

пчала

con ong

павук

con nhện

жук

бọ cánh cứng

жаба

con ếch

вавёрка

con sóc

вожык

con nhím

заяц

con thỏ

сава

con cú

птушка

con chim

лебедзь

thiên nga

дзік

heo rừng

алень

con hươu

лось

nai sừng tấm

плаціна

đê

вятрак

tuabin gió

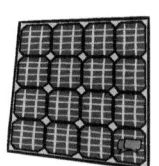

сонечная батарэя

tấm năng lượng mặt trời

клімат

khí hậu

рэстаран
khách sạn

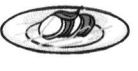

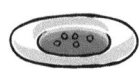

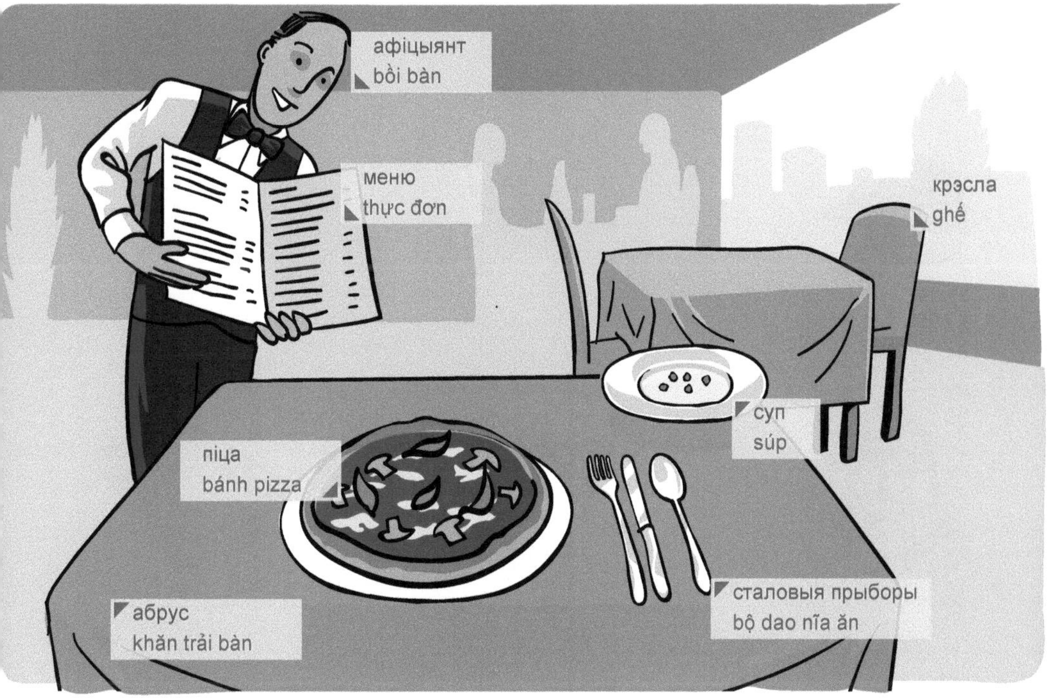
афіцыянт
bồi bàn
меню
thực đơn
крэсла
ghế
суп
súp
піца
bánh pizza
сталовыя прыборы
bộ dao nĩa ăn
абрус
khăn trải bàn

закуска

món ăn khai vị

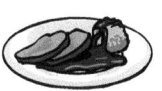

другая страва

món ăn chính

дэсерт

món tráng miệng

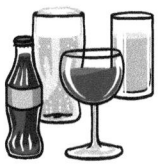

напоі

thức uống

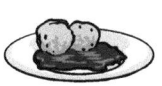

ежа

thức ăn

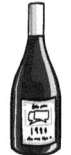

бутэлька

cái chai

хуткае харчаванне (фаст-
фуд)

thức ăn nhanh

стрыт-фуд

thức ăn đường phố

імбрык (чайнік)

ấm trà

цукарніца

hộp đường

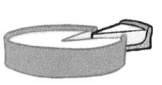

порцыя

khẩu phần

эспрэса-машына

máy pha espresso

дзіцячае крэселка

ghế cao

рахунак

hóa đơn

паднос

khay

нож

dao

відэлец

nĩa

лыжка

thìa

чайная лыжка

thìa uống trà

сурвэтка

khăn ăn

шклянка

cốc thủy tinh

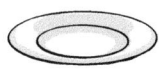

талерка

đĩa

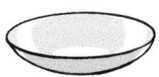

супавая талерка

đĩa súp

сподак

đĩa lót cốc

соус

nước sốt

сальніца

lọ muối

млынок для перцу

cái xay tiêu

воцат

giấm

алей

dầu

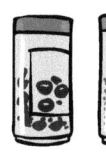

спецыі

gia vị

кетчуп

nước xốt cà chua

гарчыца

tương hạt cải

маянэз

nước sốt mayonnaise

супермаркет

siêu thị

акцыя
chào giá đặc biệt
FOR
пакупнік
khách hàng
малочныя прадукты
sản phẩm từ sữa
садавіна
trái cây
вазок
xe đẩy mua sắm

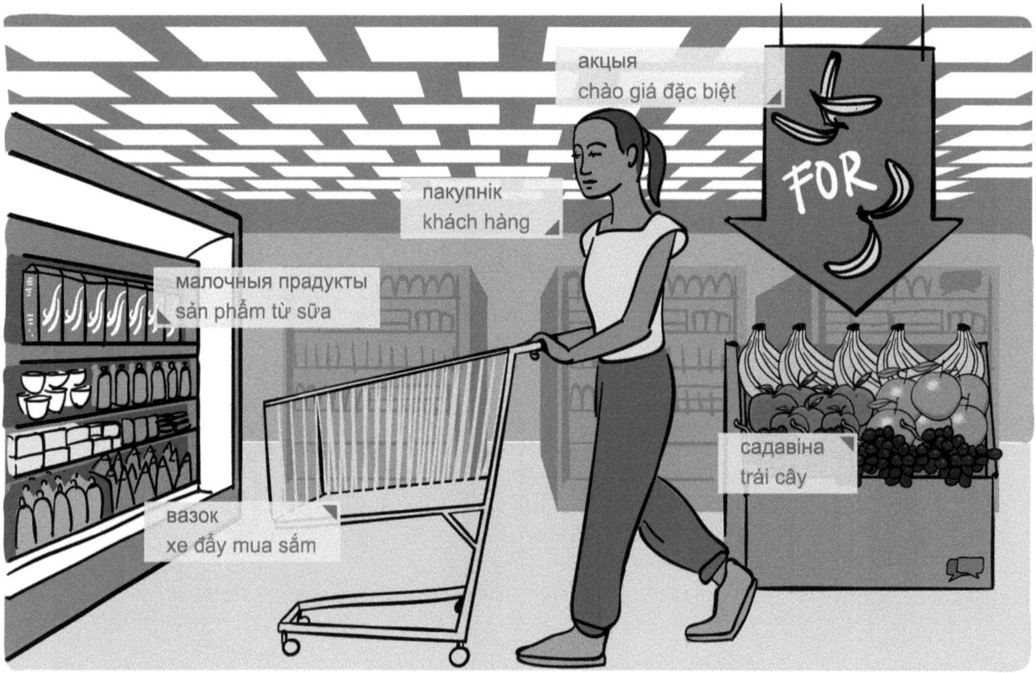

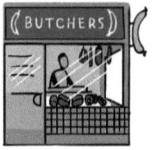

BUTCHERS

мясная крама

lò mổ

BAKERY

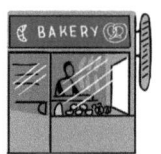

хлебны магазін

cửa hiệu bán bánh mì

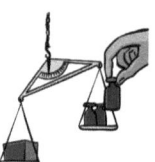

важыць

cân nặng

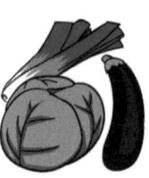

гароднiна

rau quả

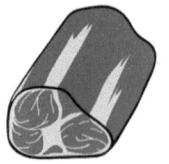

мяса

thịt

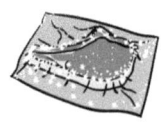

свежазамарожаныя прадукты

thức ăn đông lạnh

нарэзка

лát thịt nguội

кансервы

đồ hộp

пральны парашок

bột giặt

прысмакі

đồ ngọt

хатнія прылады

sản phẩm dùng trong gia đình

чысцячы сродак

chất tẩy rửa

прадавец

người bán hàng

каса

quầy trả tiền

касір

nhân viên thu ngân

спіс пакупак

danh sách mua sắm

гадзіны працы

giờ mở cửa

бумажнік

ví tiền

крэдытная картка

thẻ tín dụng

сумка

túi đeo

пакет

túi ny lông

вада

nước

сок

nước quả ép

малако

sữa

кола

coca-cola

віно

rượu vang

піва

bia

алкаголь

cồn

какава

cacao

гарбата (чай)

trà

кава

cà phê

эспрэса

espresso

капучына

cappuccino

банан

chuối

яблык

quả táo

апельсін

quả cam

дыня

dưa hấu

лімон

chanh

морква

cà rốt

часнок

tỏi

бамбук

tre

цыбуля

củ hành

грыб

nấm

арэхі

hạt dẻ

локшына

mì

спагеці

mì spaghetti

рыс

cơm

салата

xà lách

бульба фры

khoai tây chiên

смажаная бульба

khoai tây chiên

піца

bánh pizza

гамбургер

bánh hamburger

бутэрброд

bánh mì sandwich

шніцаль

thịt côtlet

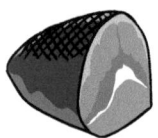

вяндліна

thịt giăm bông

салямі

xúc xích

каўбаса

dồi

курыца

gà

смажаніна

rán

рыбак

cá

аўсяныя камякі

cháo yến mạch

мюслі

cháo muesli

кукурузныя шматкі

bánh bột ngô nướng

мука

bột mì

круасан

bánh sừng bò

булачка

bánh mì

хлеб

bánh mì

тост

bánh mì nướng

пячэнне

bánh bích quy

масла

bơ

тварог

sữa đông

пірог

bánh ngọt

яйка

trứng

яечня

trứng rán

сыр

pho mát

марожанае

kem

цукар

đường

мёд

mật ong

варэнне

mứt

нуга

kem nougat

кары

cà ri

сядзіба
nông trại

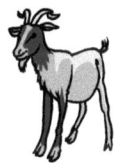

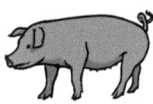

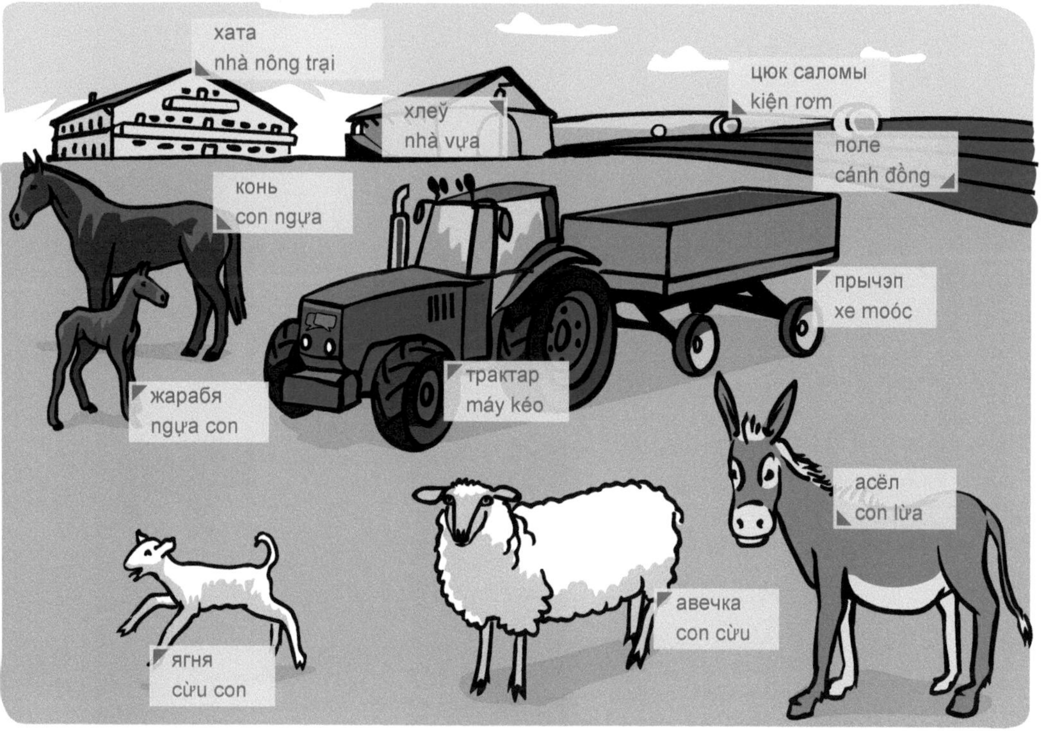
хата
nhà nông trại
хлеў
nhà vựa
цюк саломы
kiện rơm
поле
cánh đồng
конь
con ngựa
прычэп
xe moóc
трактар
máy kéo
жарабя
ngựa con
асёл
con lừa
авечка
con cừu
ягня
cừu con

каза
con dê

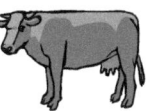

карова
con bò

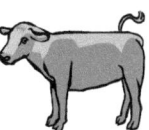

цяля
con bê

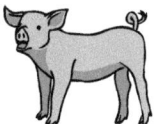

свіння
con lợn

парася
lợn con

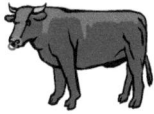

бык
bò đực

гусак

con ngỗng

качка

con vịt

кураня

gà con

курыца

gà mái

певень

gà trống

пацук

con chuột

кот

mèo

мыш

chuột nhắt

вол

bò đực

сабака

con chó

сабачая будка

nhà chuồng chó

садовы шланг

ống tưới vườn cây

палівачка

thùng tưới cây

каса

lưỡi hái

плуг

cái cày

серп

cái liềm

матыка

cái cuốc

вілы для гною

cái chĩa

сякера

cái rìu

тачка

xe cút kít

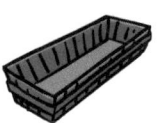

карыта

máng ăn

бітон для малака

lọ sữa

мех

bao tải

плот

hàng rào

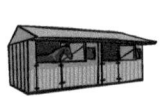

хлеў

chuồng

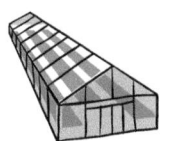

цяпліца

nhà kính trồng cây

глеба

đất trồng

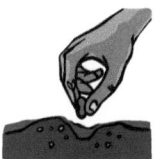

насенне

hạt giống

угнаенне

phân bón

камбайн

máy gặt đập liên hợp

збіраць ураджай

thu hoạch

ураджай

mùa thu hoạch

ямс

khoai lang

пшаніца

lúa mì

соя

đậu nành

бульба

khoai tây

кукуруза

ngô

рапс

hạt cải dầu

садовае дрэва

cây ăn trái

маніёк

sắn

збожжа

ngũ cốc

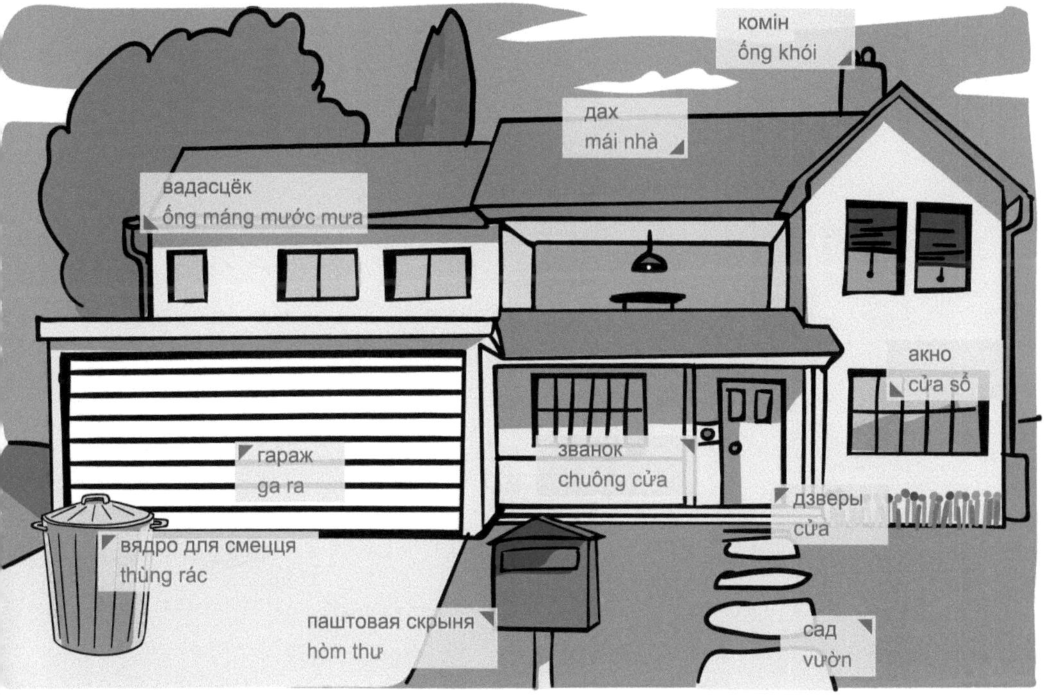

комін
ống khói

дах
mái nhà

вадасцёк
ống máng nước mưa

акно
cửa sổ

гараж
ga ra

званок
chuông cửa

дзверы
cửa

вядро для смецця
thùng rác

паштовая скрыня
hòm thư

сад
vườn

жылы пакой
phòng khách

ванная
phòng tắm

кухня
bếp

спальны пакой
phòng ngủ

дзіцячы пакой
phòng trẻ em

сталоўка
phòng ăn

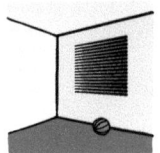

падлога

nền nhà

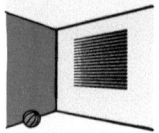

сцяна

tường

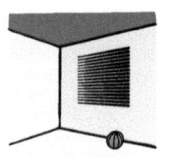

столь

trần nhà

падвал

tầng hầm

саўна

tắm hơi

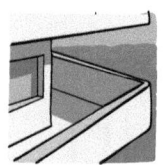

балкон

ban công

тэраса

sân hiên

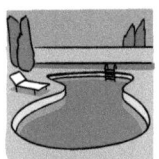

басейн

bể bơi

касілка

máy cắt cỏ

падкоўдранік

khăn trải giường

коўдра

khăn trải giường

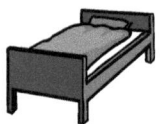

ложак

giường

венік

chổi

вядро

cái xô

выключальнік

công tắc điện

жылы пакой
phòng khách

шпалеры
giấy dán tường
малюнак
hình ảnh
лямпа
đèn
паліца
cái kệ
шафа
tủ
тэлевізар
ti vi
камін
lò sưởi
кветка
bông hoa
падушка
gối
канапа
ghế sofa
ваза
bình hoa
пульт
điều khiển từ xa

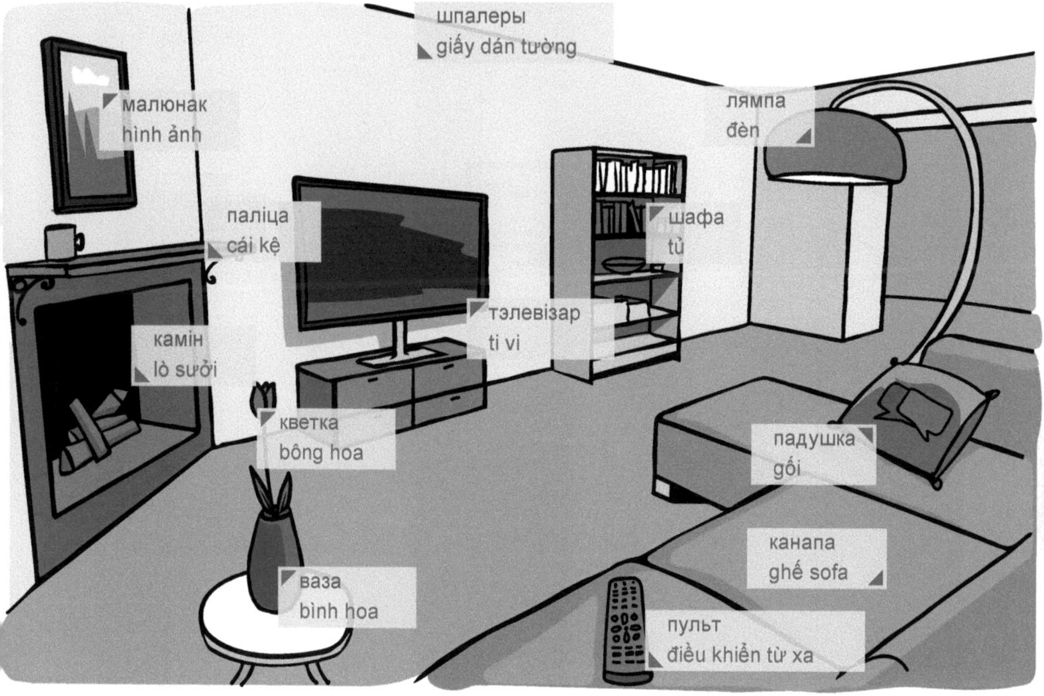

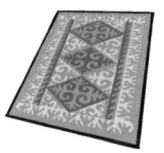

дыван
thảm

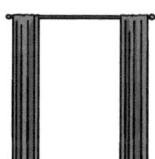

фіранка
rèm

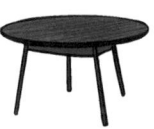

стол
cái bàn

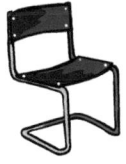

крэсла
ghế

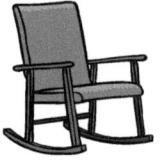

крэсла-качалка
ghế bập bênh

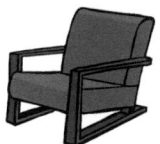

крэсла
ghế bành

кніга
sách

коўдра
cái chăn

дэкарацыя
đồ trang trí

дровы
củi

кіно
phim

стэрэасістэма
máy hi-fi

ключ
chìa khóa

газета
báo

карціна
bức tranh

постар
áp phích

радыё
radio

нататнік
sổ ghi chép

пыласос
máy hút bụi

кактус
cây xương rồng

свечка
cây nến

кухня
bếp

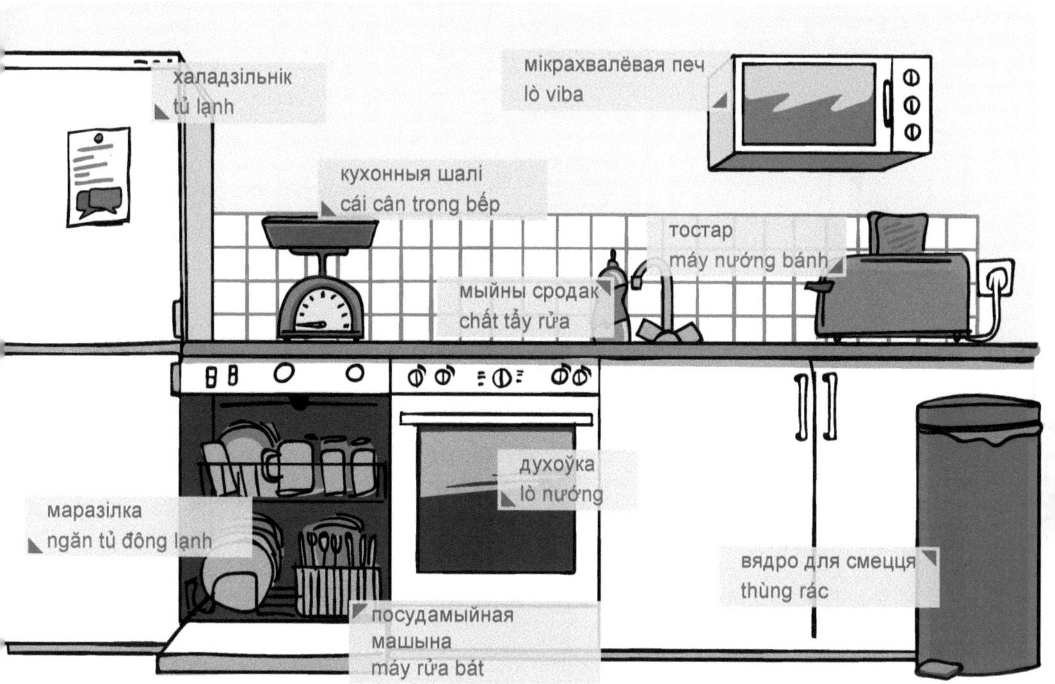

халадзільнік
tủ lạnh
мікрахвалёвая печ
lò viba
кухонныя шалі
cái cân trong bếp
тостар
máy nướng bánh
мыйны сродак
chất tẩy rửa
духоўка
lò nướng
маразілка
ngăn tủ đông lạnh
вядро для смецця
thùng rác
посудамыйная машына
máy rửa bát

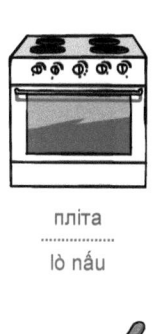

пліта
lò nấu

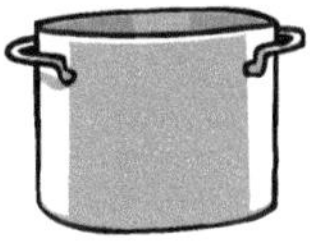

рондаль
nồi

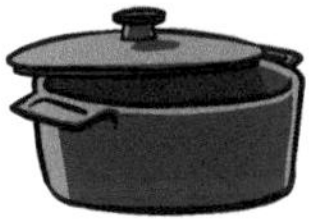

чыгунок
nồi sắt

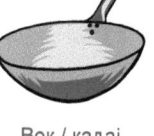

Вок / кадаі
chảo

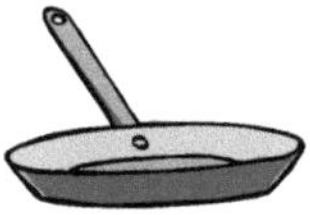

патэльня
chảo

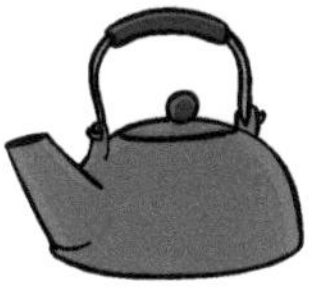

чайнік
ấm đun nước

параварка
nồi đun hơi

бляха
khay lò nướng

посуд
bát đĩa

кубак
cốc

міска
cái bát

палачкі для ежы
đũa

чарпак
cái vá

лапатачка
bàn xẻng

збівалка
que đánh kem

сіта для варэння
rây dùng trong bếp

сіта
cái rây lọc

тарка
cái nạo

ступка
vữa

грыль
vỉ nướng

вогнішча
ngọn lửa trần

дошка

cái thớt

качалка

trục cán bột

штопар

cái mở nút chai

бляшанка

vỏ đồ hộp

адкрывалка

cái mở vỏ đồ hộp

прыхваткі

miếng nhấc nồi

ракавіна

bồn rửa bát

шчотка

bàn chải

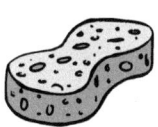

губка

miếng xốp

міксер

máy xay

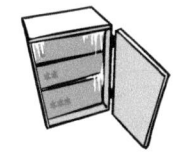

маразільная камера

tủ đông lạnh

бутэлечка

bình sữa cho trẻ sơ sinh

вадаправодны кран

vòi nước

ванная
phòng tắm

душ
vòi hoa sen
ручніковы сушыцель
lò sưởi
ручнік
khăn lau
штора для душа
rèm che ngăn tắm
пенная ванна
tắm bọt
ванна
bồn tắm
шклянка
cốc thủy tinh
мыйная машына
máy giặt
вадаправодны кран
vòi nước
плітка
gạch lát
начны гаршчок
cái bô
ракавіна
bồn rửa bát

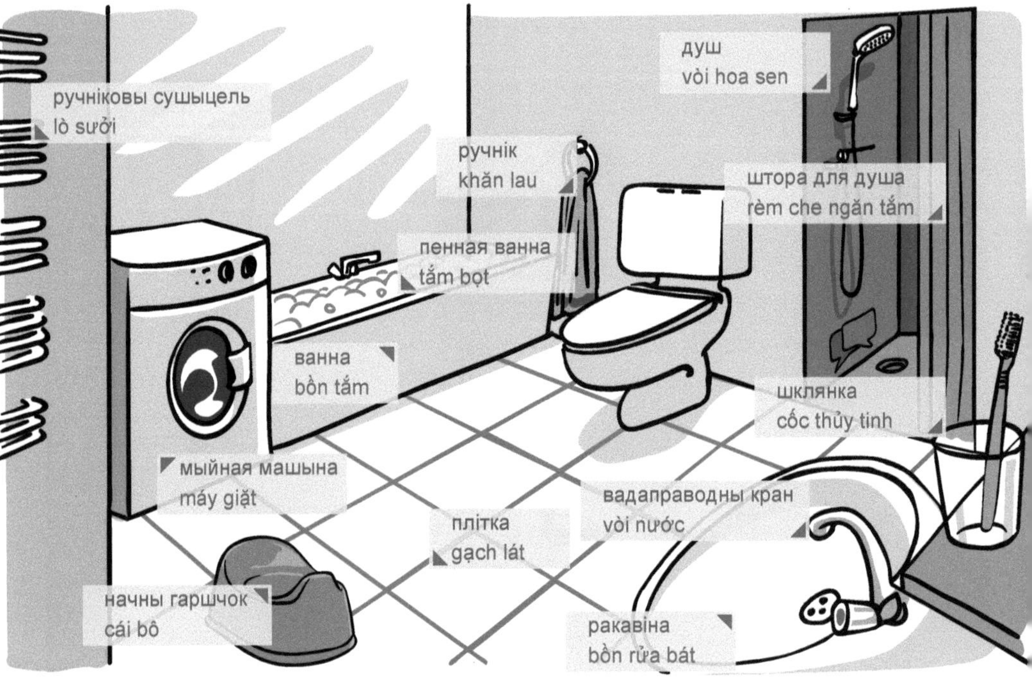

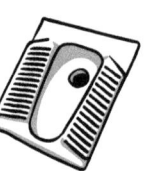

туалет

bồn cầu

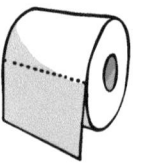

падлогавы ўнітаз

bồn cầu ngồi xổm

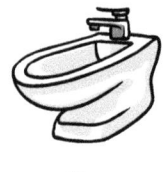

бідэ

bồn rửa hậu môn

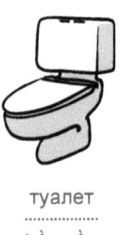

пісуар

bồn tiểu tiện

туалетная папера

giấy vệ sinh

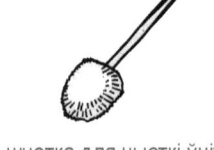

шчотка для чысткі ўнітаза

bàn chải cọ bồn cầu

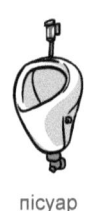

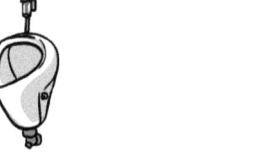

зубная шчотка

bàn chải đánh răng

зубная паста

kem đánh răng

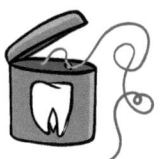

зубная нітка

chỉ nha khoa

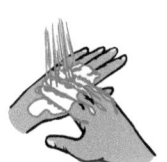

мыць

rửa

ручны душ

vòi sen cầm tay

інтымны душ

vòi rửa hậu môn

умывальнік

bồn rửa

шчотка для спіны

bàn chải cọ lưng

мыла

xà phòng

гель для душа

sữa tắm

шампунь

dầu gội

вяхотка

khăn cọ để tắm

вадасцёк

lỗ thoát nước

крэм

kem

дэзадарант

chất khử mùi

люстэрка

gương

касметычнае люстэрка

gương tay

станок для галення

dao cạo râu

пена для галення

kem cạo râu

ласьён пасля галення

nước thơm dùng sau khi cạo râu

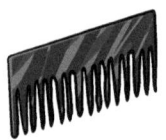

грэбень

cái lược

шчотка

bàn chải

фен

máy xấy tóc

лак для валасоў

keo xịt tóc

касметыка

đồ trang điểm

памада

thỏi son môi

лак для пазногцяў

sơn bôi móng

вата

bông

манікюрныя нажніцы

kéo cắt móng

духі

nước hoa

касметычка

túi đựng đồ tắm

табурэтка

ghế đẩu

вагі

cái cân

лазневы халат

áo choàng tắm

санітарныя пальчаткі

găng tay làm vệ sinh

тампон

nút gạc

гігіенічныя пракладкі

băng vệ sinh

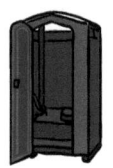

біятуалет

nhà vệ sinh hóa chất

дзіцячы пакой

phòng trẻ em

будзільнік
đồng hồ báo thức
мяккая цацка
thú bông
цацачная машынка
xe đồ chơi
бразготка
cái lúc lắc
лялечны домік
nhà búp bê
падарунак
món quà

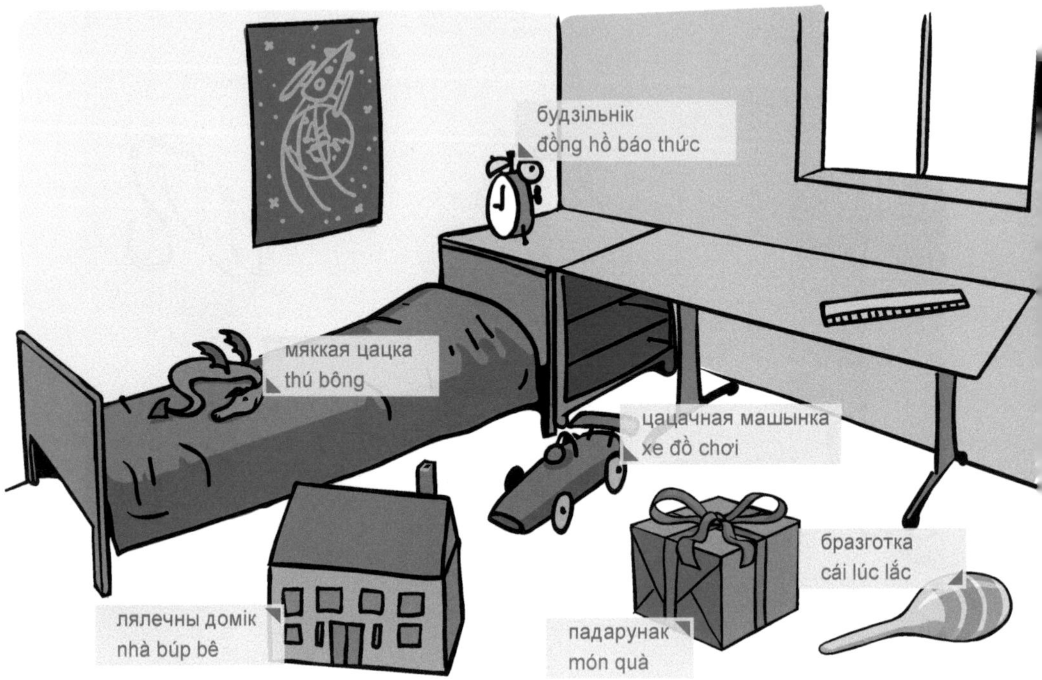

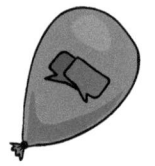

надзіманы шарык

bong bóng

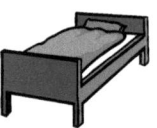

ложак

giường

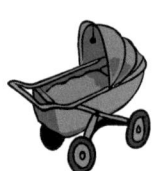

дзіцячая каляска

xe nôi

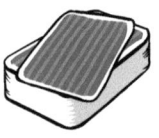

калода картаў

trò chơi bài

пазл

trò chơi ghép hình

SUPER MEGA

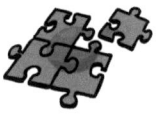

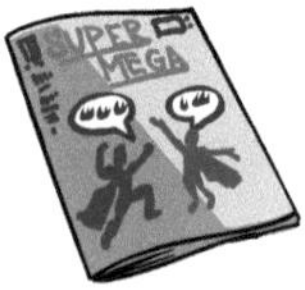

комікс

truyện tranh

канструктар "Лега"

gạch Lego

канструктар

khối xếp hình

экшэн-фігурка

nhân vật hành động

дзіцячы гарнітур

áo liền quần cho trẻ sơ sinh

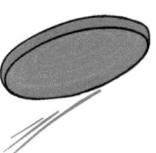

фрызбі

đĩa nhựa để ném

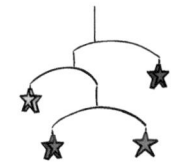

дзіцячы мабіль

đồ chơi treo trên giường

настольная гульня

trò chơi cờ bàn

кубік

xúc xắc

дзіцячая чыгунка

đồ chơi xe lửa mô hình

пустышка

ti giả

дзіцячае свята

buổi tiệc

кніга з малюнкамі

sách tranh

мячык

quả bóng

лялька

búp bê

гуляцца

chơi

пясочніца

hố cát

арэлі

cái đu

цацкі

đồ chơi

гульнявая відэа прыстаўка

máy chơi game cầm tay

трохколавы ровар

xe ba bánh

плюшавы мішка

gấu bông

шафа

tủ quần áo

адзенне

y phục

шкарпэткі

bít tất

панчохі

bít tất dài

калготкі

quần tất

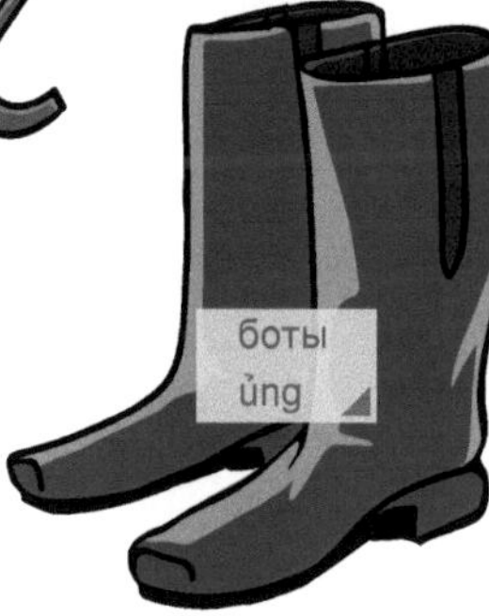

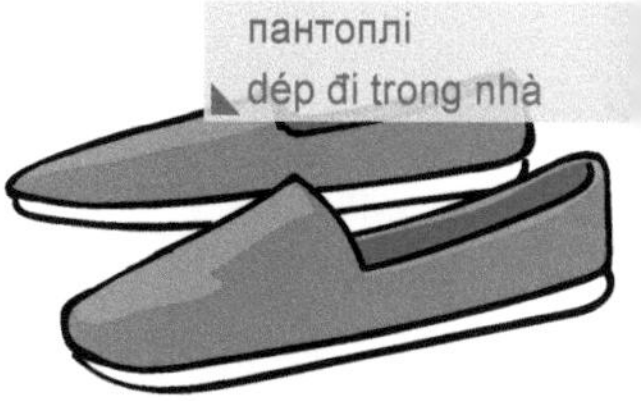

шалік
khăn choàng cổ

парасон
ô che mưa

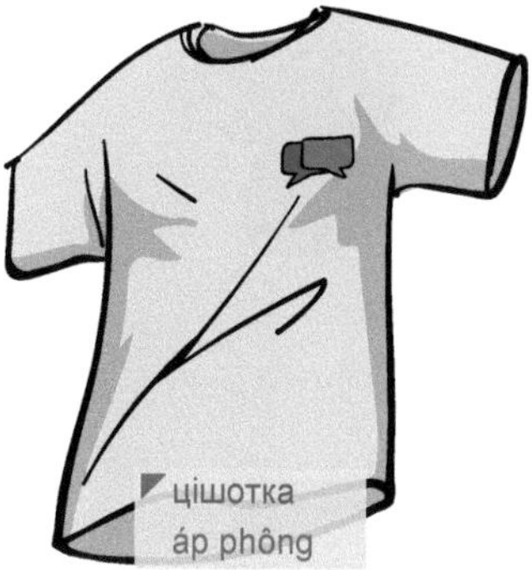

цішотка
áp phông

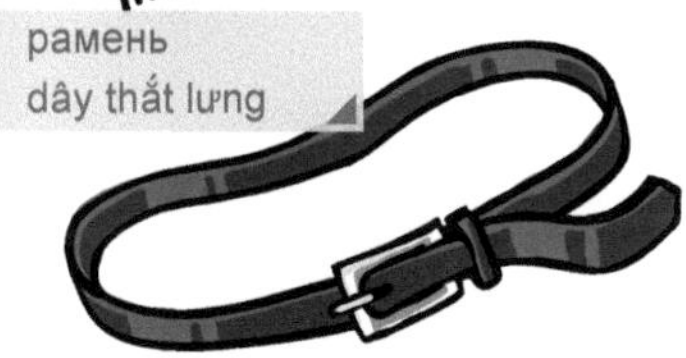

рамень
dây thắt lưng

боты
ủng

пантоплі
dép đi trong nhà

красоўкі
giày sneaker

сандалі
....
dép xăng đan

абутак
....
giày

гумовыя боты
....
ủng cao su

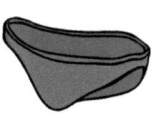

трусы
....
quần lót

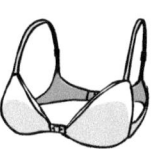

бюстгальтар
....
áo ngực

майка
....
áo vest

бодзі

áo ôm sát cơ thể

штаны

quần dài

джынсы

quần bò

спадніца

váy

блузка

áo cánh

кашуля

áo sơ mi

джэмпер

áo len chui đầu

талстоўка

áo len

блэйзер

áo blazer

куртка

áo jacket

паліто

áo khoác

дажджавік

áo mưa

касцюм

trang phục

сукенка

áo váy

вясельная сукенка

áo cưới

касцюм

bộ com lê

начная сарочка

áo ngủ

піжама

pijama

сары

trang phục sari

хустка

khăn trùm đầu

цюрбан

khăn đội đầu

паранджа

áo burka

каптан

áo captan

Абая

áo aba

купальнік

quần áo bơi

плаўкі

quần bơi

шорты

quần đùi

спартыўны касцюм

quần áo tracksuit

фартух

tạp dề

пальчаткі

găng tay

гузік

cái cúc

акуляры

kính mắt

бранзалет

vòng đeo tay

каралі

vòng cổ

кальцо

nhẫn

завушніца

hoa tai

кепка

mũ lưỡi trai

вешалка

cái mắc treo áo quần

капялюш

mũ

гальштук

cà vạt

маланка

dây kéo phéc mơ tuya

шлем

mũ bảo hiểm

падцяжкі

dây đeo quần

школьная форма

đồng phục học sinh

уніформа

đồng phục

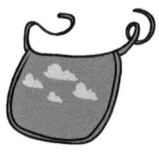

нагруднік

yếm trẻ em

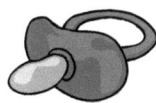

пустышка

ti giả

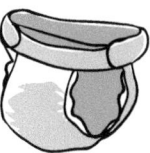

падгузнік

tã lót

офіс
văn phòng

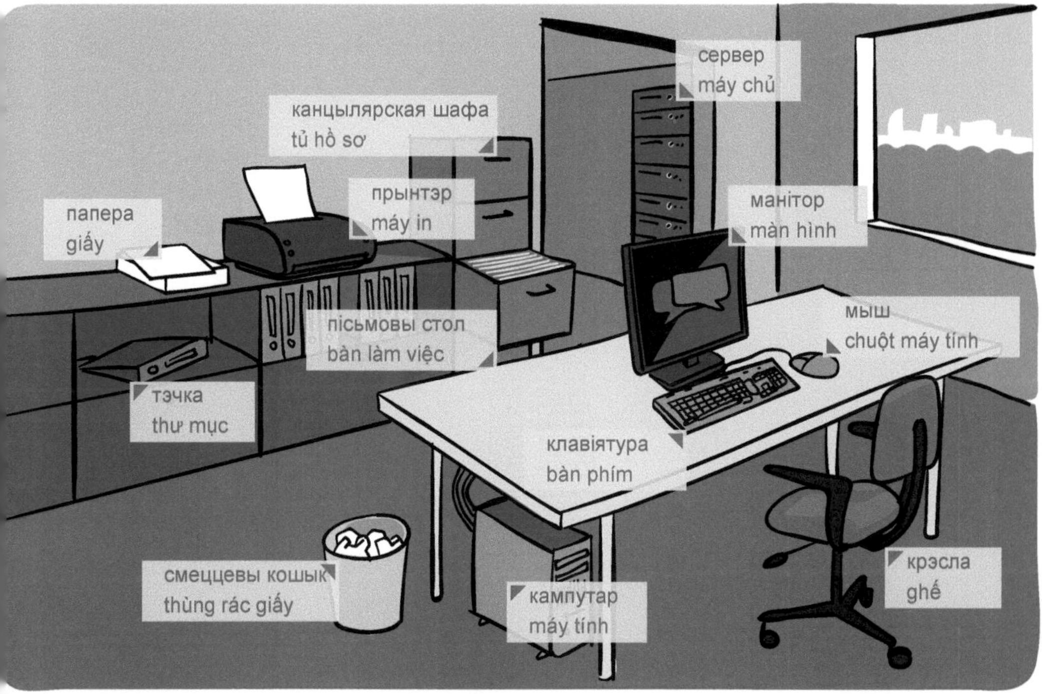
сервер
máy chủ
канцылярская шафа
tủ hồ sơ
прынтэр
máy in
папера
giấy
манітор
màn hình
пісьмовы стол
bàn làm việc
мыш
chuột máy tính
тэчка
thư mục
клавіятура
bàn phím
смеццевы кошык
thùng rác giấy
кампутар
máy tính
крэсла
ghế

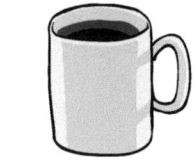

кубак для кавы (філіжанка)

cốc cà phê

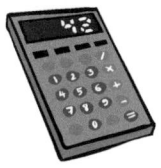

калькулятар

máy tính bỏ túi

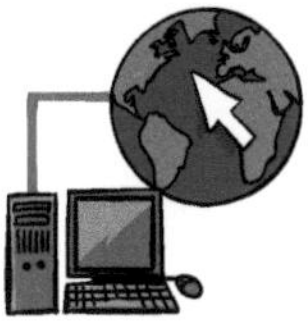

інтэрнэт

internet

ноўтбук

laptop

ліст

thư

паведамленне

tin nhắn

мабільны тэлефон

điện thoại di động

сетка

mạng

ксеракс

máy photocopy

праграмнае забеспячэнне

phần mềm

тэлефон

điện thoại

разетка

ổ cắm điện

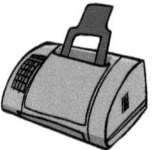

факс

máy fax

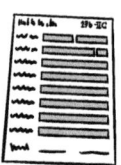

фармуляр

mẫu đơn

дакумент

chứng từ

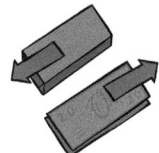

кbetатьу куппяць

mua

плаціць

trả tiền

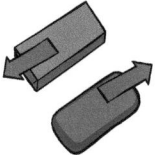

гандляваць

buôn bán

грошы

tiền

 USD

долар

đô la

 EUR

еўра

Euro

 JPY

ена

yên

 RUB

рубель

rúp

 CHF

франк

franc Thụy Sĩ

 CNY

кітайскі юань

nhân dân tệ

 INR

рупія

rupi

банкамат

máy rút tiền tự động

абменны пункт

quầy đổi tiền

золата

vàng

срэбра

bạc

нафта

dầu

энергія

năng lượng

цана

giá tiền

кантракт

hợp đồng

падатак

thuế

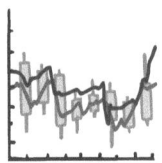

акцыя

cổ phiếu

працаваць

làm việc

служачы

nhân viên

працадаўца

chủ lao động

фабрыка

nhà máy

крама

cửa hiệu

прафесіі
nghề nghiệp

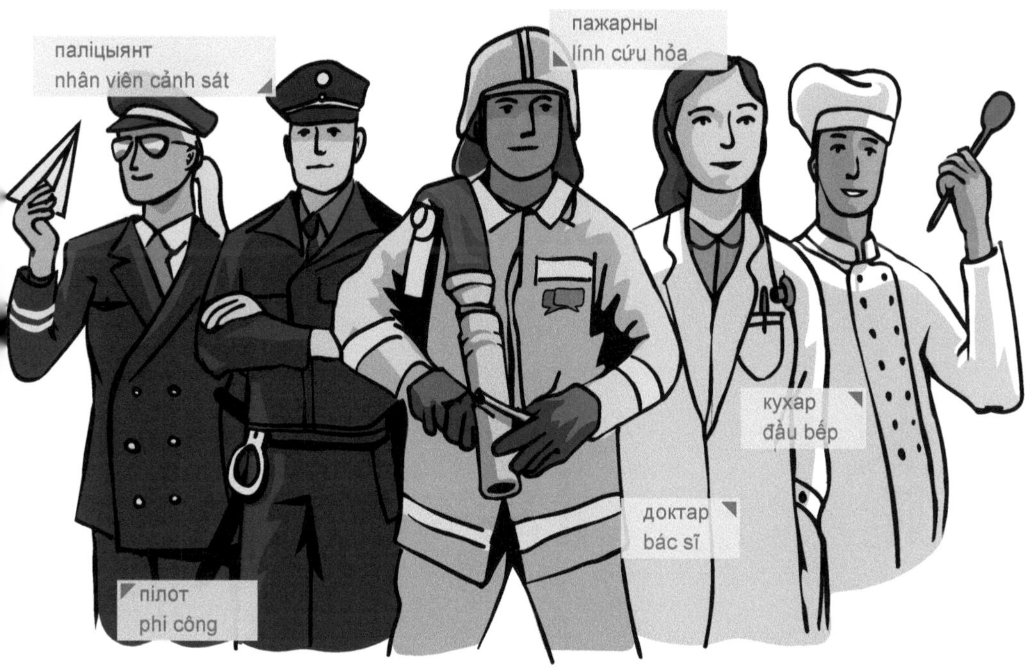

паліцыянт
nhân viên cảnh sát
пажарны
lính cứu hỏa
кухар
đầu bếp
доктар
bác sĩ
пілот
phi công

садоўнік
....
người làm vườn

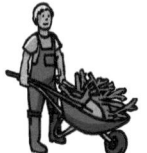

слесар
....
thợ mộc

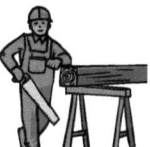

швачка
....
thợ may

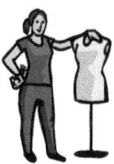

суддзя
....
chánh án

хімік
....
nhà hóa học

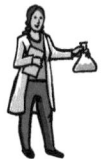

артыст
....
diễn viên

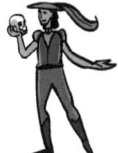

кіроўца аўтобуса

tài xế xe buýt

таксіст

người lái taxi

рыбак

ngư dân

прыбіральшчыца

người lau dọn vệ sinh

страхар

thợ lợp mái nhà

афіцыянт

bồi bàn

паляўнічы

thợ săn

мастак

họa sĩ

пекар

thợ làm bánh

электрык

thợ điện

будаўнік

thợ xây dựng

інжынер

kỹ sư

мяснік

người hàng thịt

сантэхнік

thợ sửa ống nước

паштальён

người đưa thư

54   прафесіі - nghề nghiệp

салдат

người lính

архітэктар

kiến trúc sư

касір

nhân viên thu ngân

фларыст

người bán hoa

цырульнік

thợ cắt tóc

кандуктар

nhân viên soát vé

механік

thợ cơ khí

капітан

thuyền trưởng

стаматолаг

nha sĩ

вучоны

nhà khoa học

рабін

giáo sĩ Do thái

імам

lãnh tụ Hồi giáo

манах

nhà sư

святар

mục sư

інструменты
dụng cụ

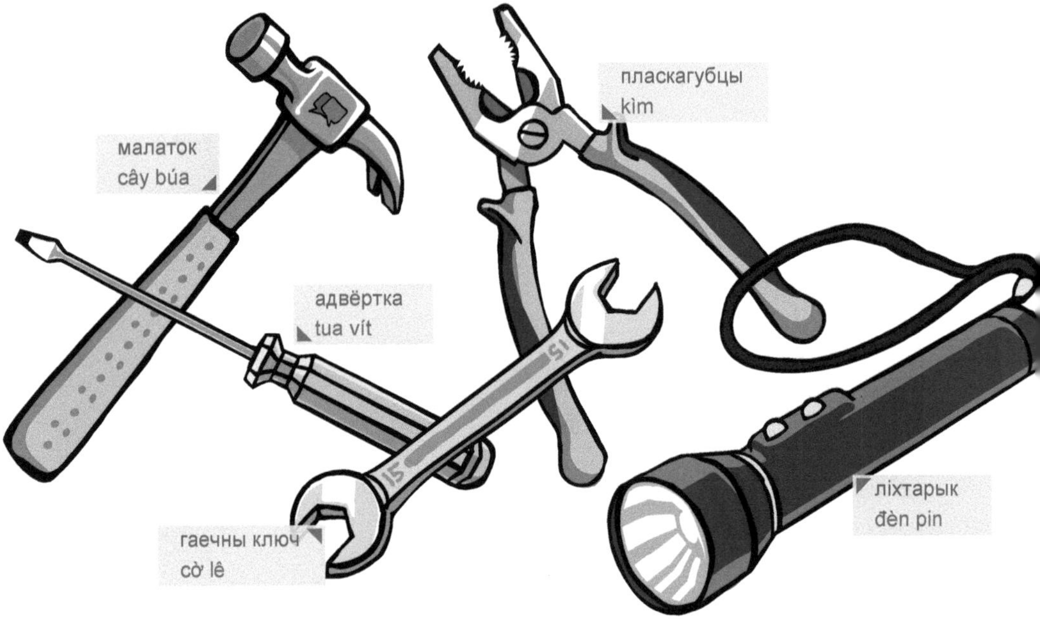

малаток
cây búa
пласкагубцы
kìm
адвёртка
tua vít
гаечны ключ
cờ lê
ліхтарык
đèn pin

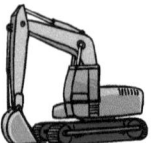

экскаватар

máy xúc đất

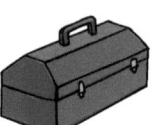

скрыня для інструментаў

hộp dụng cụ

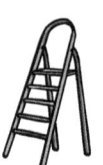

дравіны

cái thang

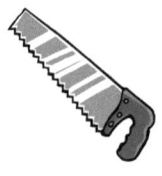

піла

cưa

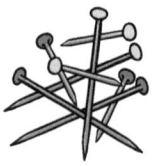

цвікі

đinh

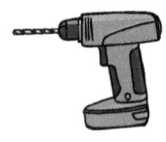

дрыль

máy khoan

рамантаваць

sửa chữa

рыдлеўка

cái xẻng

Халера!

khốn nạn!

шуфлік для смецця

cái hót rác

вядро з фарбаю

thùng sơn

балты

vít

музычныя інструменты
nhạc cụ

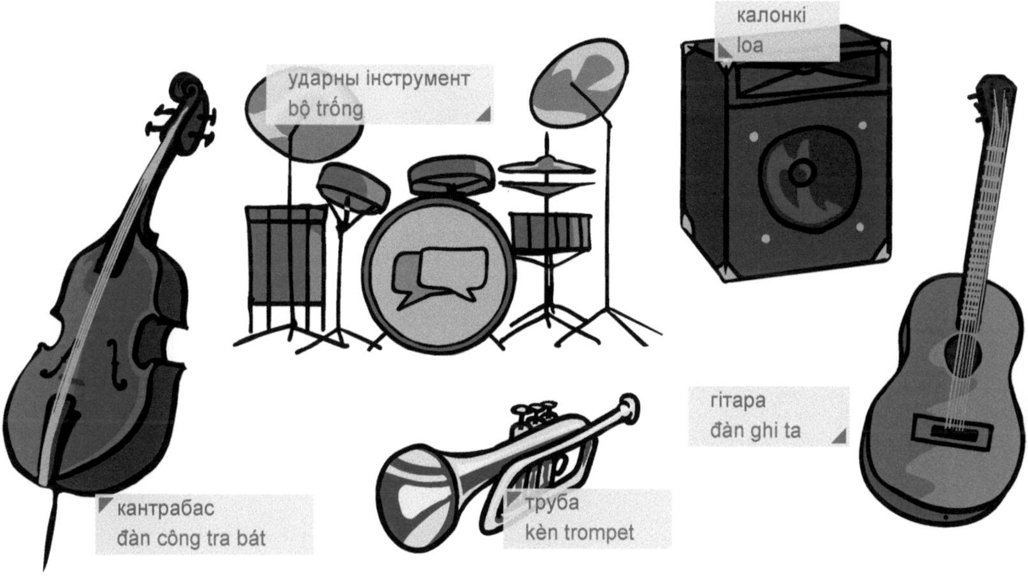

калонкі
loa

ударны інструмент
bộ trống

гітара
đàn ghi ta

кантрабас
đàn công tra bát

труба
kèn trompet

піянiна

đàn piano

скрыпка

đàn vĩ cầm

басгiтара

ghi ta bass

лiтаўры

trống định âm

барабан

trống

клавiшны электрамузычны
iнструмент

đàn organ

саксафон

kèn Saxophone

флейта

sáo

мiкрафон

micro

заапарк
vườn bách thú

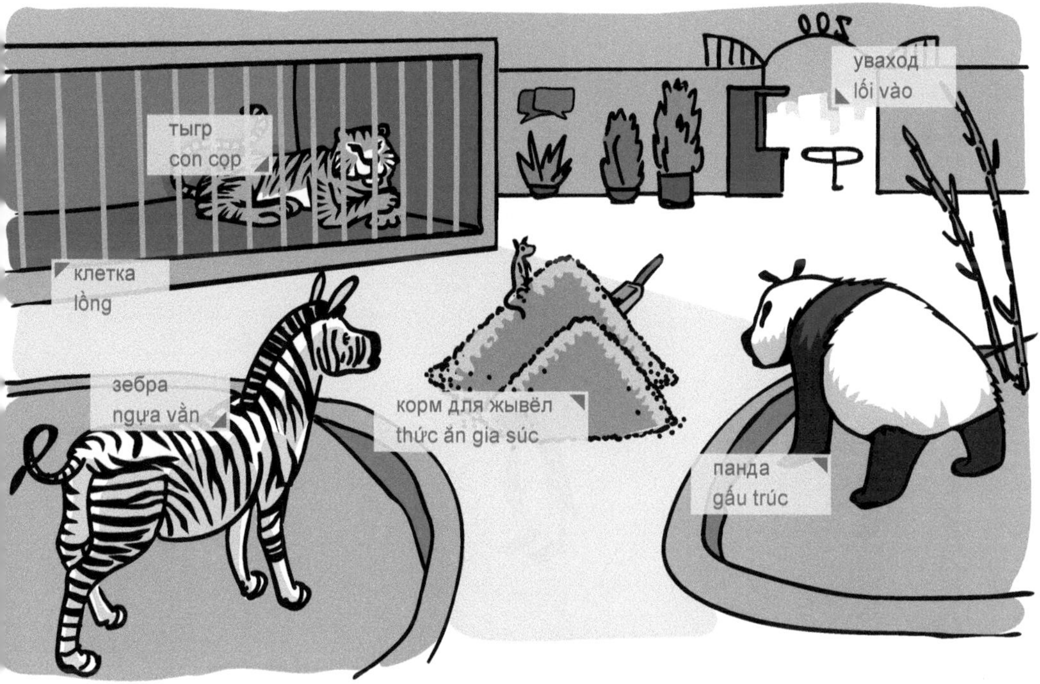

тыгр
con cọp
уваход
lối vào
клетка
lồng
зебра
ngựa vằn
корм для жывёл
thức ăn gia súc
панда
gấu trúc

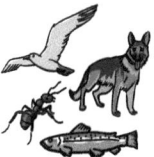

жывёлы

động vật

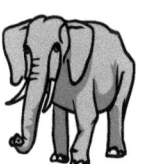

слон

con voi

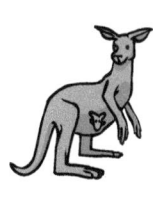

кенгуру

chuột túi

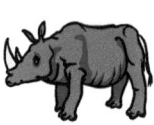

насарог

tê giác

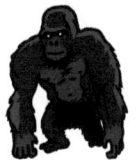

гарыла

khỉ đột

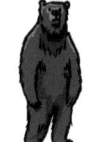

мядзведзь

con gấu

вярблюд

лац да

стравус

да диểu

леў

sư tử

малпа

con khỉ

фламінга

hồng hạc

папугай

con vẹt

белы мядзведзь

gấu bắc cực

пінгвін

chim cánh cụt

акула

cá mập

паўлін

con công

змяя

con rắn

кракадзіл

cá sấu

наглядчык заапарка

người trông giữ vườn bách thú

цюлень

hải cẩu

ягуар

báo đốm

поні

ngựa lùn

леапард

con báo

бегемот

hà mã

жыраф

hươu cao cổ

арол

đại bàng

дзік

heo rừng

рыбак

cá

чарапаха

con rùa

морж

hải mã

ліса

con cáo

газель

linh dương

амерыканскі футбол
bóng bầu dục Mỹ

веласпорт
đua xe đạp

тэніс
quần vợt

баскетбол
bóng rổ

плаванне
bơi

бокс
đấm bốc

хакей з шайбай
khúc côn cầu trên băng

футбол
bóng đá

бадмінтон
cầu lông

лёгкая атлетыка
điền kinh

гандбол
bóng ném

горныя лыжы
trượt tuyết

пола
polo

дзейнасць
các hoạt động

скакаць
nhảy
абдымаць
ôm
смяяцца
cười
ісці
đi bộ
спяваць
ca hát
марыць
mơ
маліцца
cầu nguyện
цалаваць
hôn

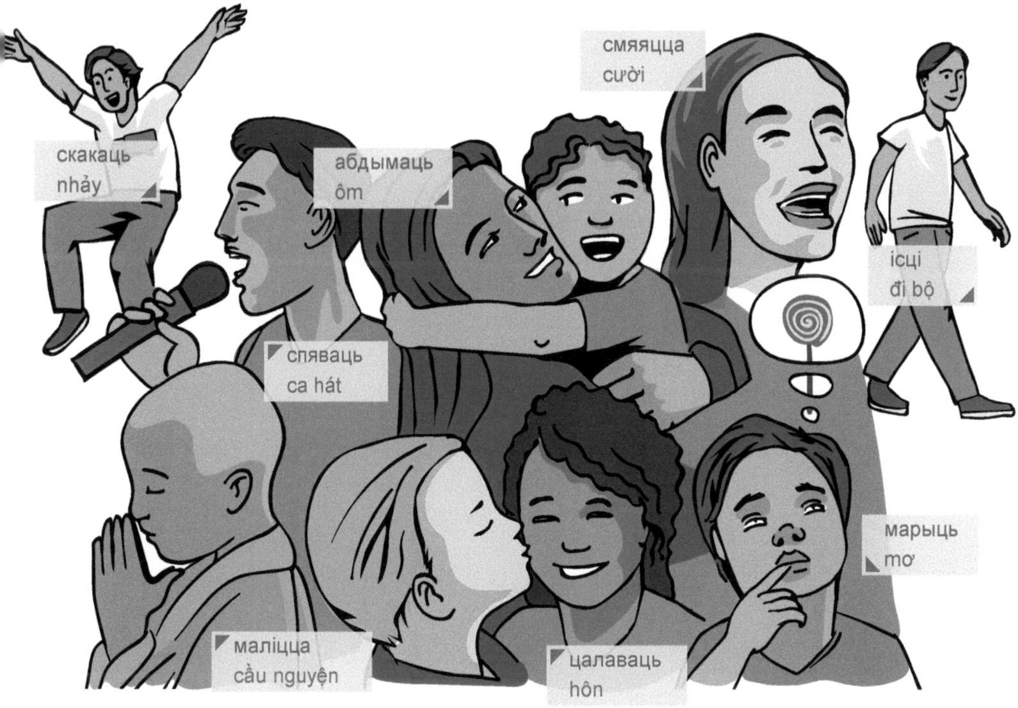

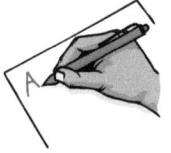

пісаць

viết

маляваць

vẽ

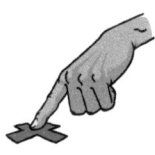

паказваць

chỉ trỏ

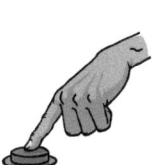

націснуць

đẩy

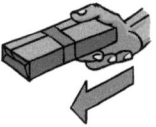

даваць

cho

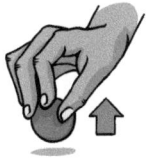

браць

lấy đi

мaць

có

выконваць

làm

быць

thì / là

стаяць

đứng

бегчы

chạy

цягнуць

kéo

кідаць

ném

падаць

rơi

ляжаць

nằm

чакаць

chờ đợi

насіць

mang vác

сядзець

ngồi

апранацца

mặc quần áo

спаць

ngủ

прачынацца

thức dậy

глядзець

xem

плакаць

khóc

лашчыць

vuốt ve

прычэсвацца

chải

гаварыць

nói chuyện

разумець

hiểu

пытаць

câu hỏi

чуць

nghe

піць

uống

есці

ăn

прыбіраць

dọn dẹp

кахаць

yêu

гатаваць

nấu nướng

ехаць

lái xe

лятаць

bay

плаваць пад ветразем

đi thuyền buồm

лічыць

tính toán

чытаць

đọc

вучыць

học

працаваць

làm việc

уступаць у шлюб

cưới

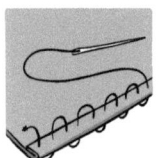

шыць

khâu vá

чысціць зубы

đánh răng

забіваць

giết

курыць

hút thuốc

пасылаць

gửi đi

сям'я

gia đình

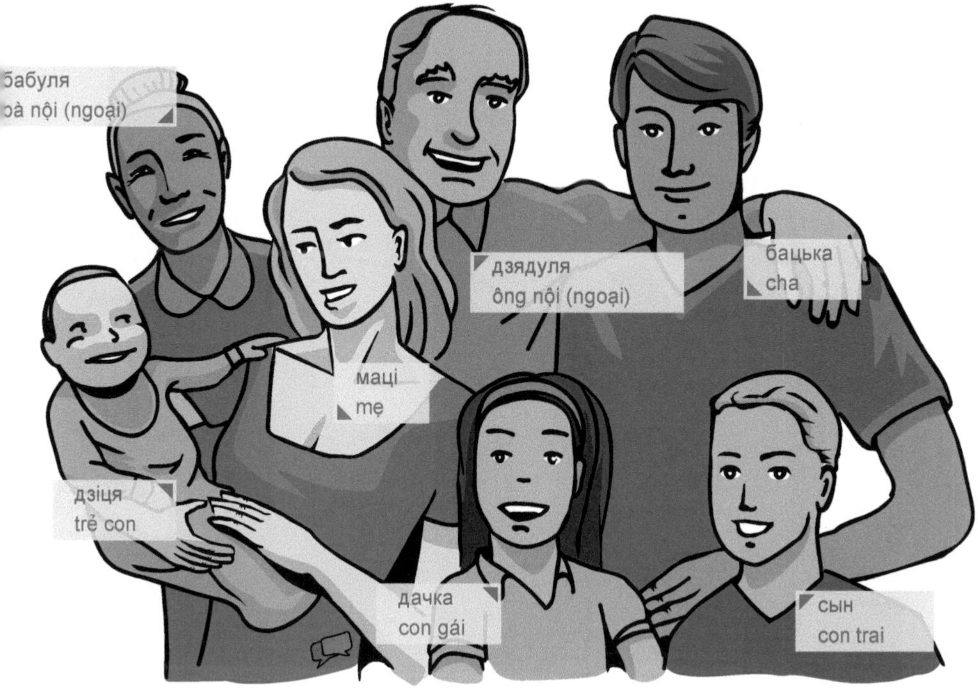
бабуля
bà nội (ngoại)
дзядуля
ông nội (ngoại)
бацька
cha
маці
mẹ
дзіця
trẻ con
дачка
con gái
сын
con trai

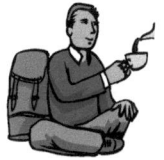

госць

khách

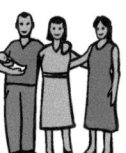

цётка

cô (dì)

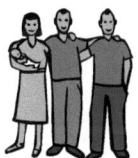

дзядзька

chú, bác (cậu)

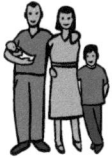

брат

anh (em) trai

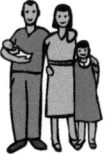

сястра

chị (em) gái

цела
cơ thể

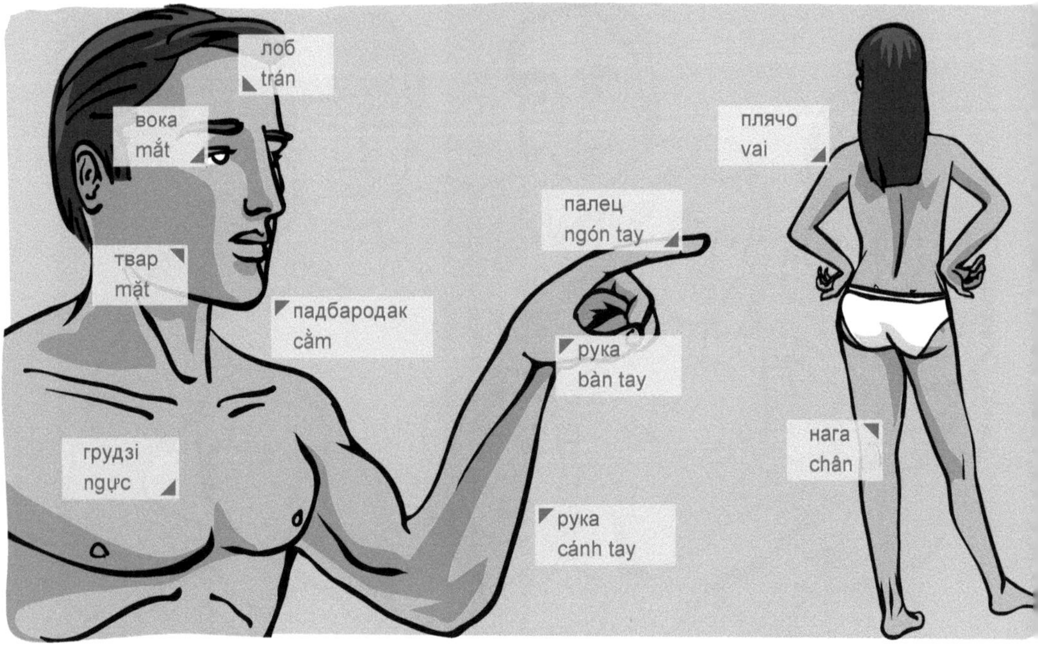

лоб
trán
вока
mắt
плячо
vai
палец
ngón tay
твар
mặt
падбародак
cằm
рука
bàn tay
нага
chân
грудзі
ngực
рука
cánh tay

дзіця
trẻ con

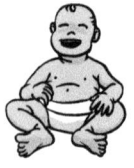

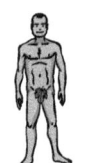

мужчына
đàn ông

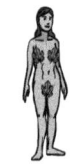

жанчына
phụ nữ

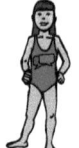

дзяўчынка
bé gái

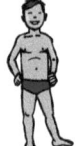

хлопчык
bé trai

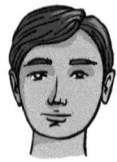

галава
đầu

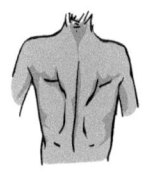

спіна
....
lưng

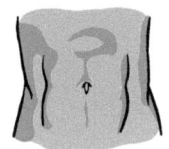

жывот
....
bụng

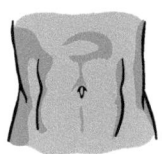

пуп
....
rốn

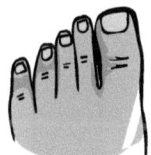

палец нагі
....
ngón chân

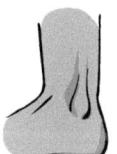

пятка
....
gót chân

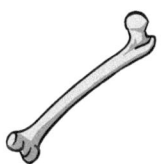

костка
....
xương

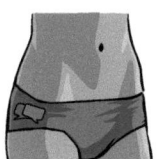

бядро
....
hông

калена
....
đầu gối

локаць
....
khuỷu tay

нос
....
mũi

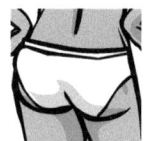

ягадзіца
....
mông

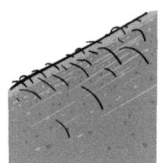

скура
....
da

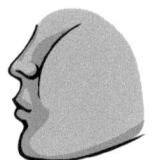

шчака
....
má

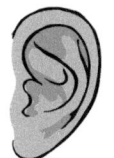

вуха
....
tai

губа
....
môi

рот
....
miệng

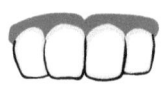

зуб
....
răng

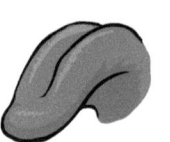

язык
....
lưỡi

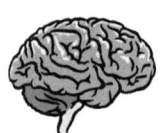

галаўны мозг
....
não

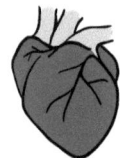

сэрца
....
tim

мышца
....
cơ bắp

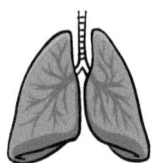

лёгкае
....
phổi

пячонка
....
gan

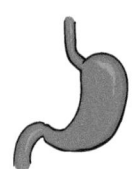

страўнік
....
dạ dày

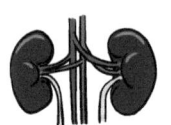

ныркі
....
thận

сэкс
....
giao hợp

прэзерватыў
....
bao cao su

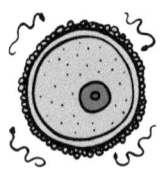

яйцаклетка
....
noãn

сперма
....
tinh dịch

цяжарнасць
....
mang thai

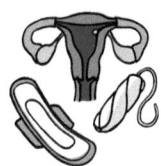

менструацыя

kinh nguyệt

похва

âm vật

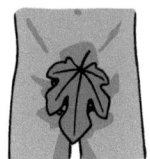

пеніс

dương vật

брыво

lông mày

валасы

tóc

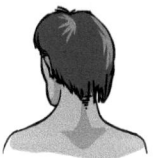

шыя

cổ

шпіталь

bệnh viện

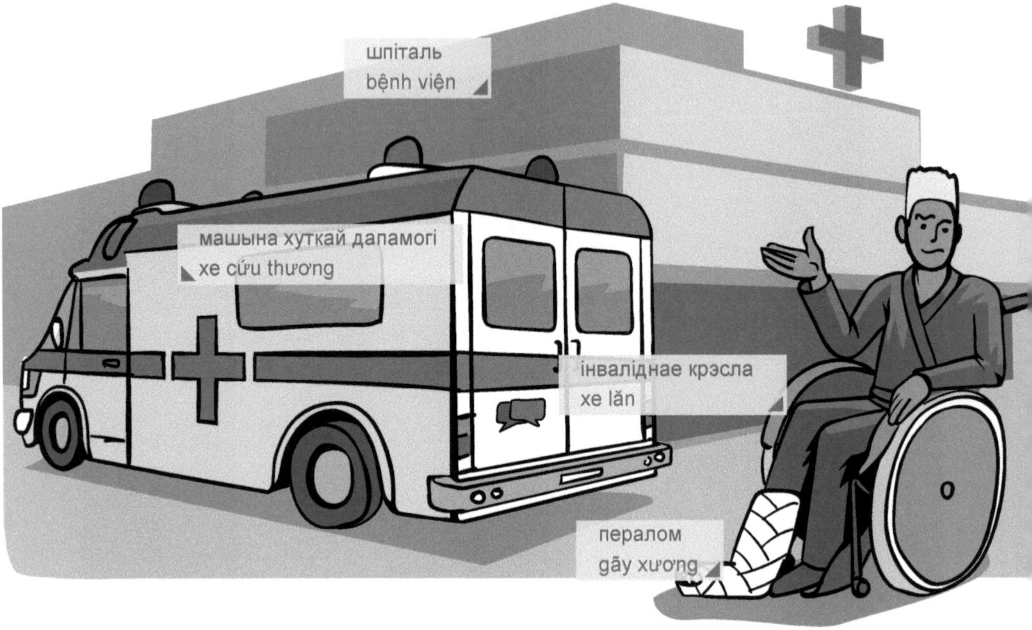

шпіталь
bệnh viện
машына хуткай дапамогі
xe cứu thương
інваліднае крэсла
xe lăn
пералом
gãy xương

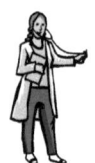

доктар

bác sĩ

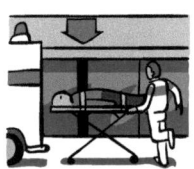

аддзяленне першай дапамогі

phòng cấp cứu

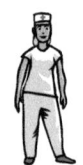

медсястра

y tá

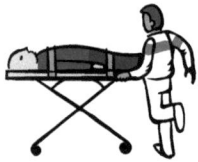

экстраная дапамога

cấp cứu

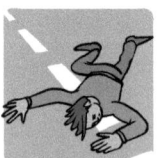

непрытомны

bất tỉnh

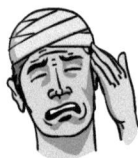

боль

cơn đau

траўма

bị thương

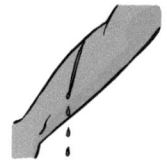

крывацёк

chảy máu

інфаркт

nhồi máu cơ tim

апаплексія

đột quỵ

алергія

dị ứng

кашаль

ho

гарачка

sốt

грып

cúm

панос

tiêu chảy

галаўны боль

đau đầu

рак

ung thư

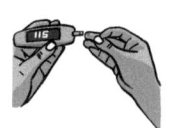

дыябет

bệnh tiểu đường

хірург

bác sĩ phẫu thuật

скальпель

dao mổ

аперацыя

giải phẫu

КТ

chụp cắt lớp

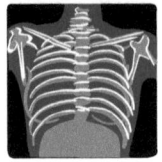

рэнтген

chụp x-quang

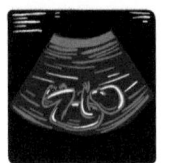

ультрагук

siêu âm

маска

mặt nạ

хвароба

bệnh

пачакальня

phòng đợi

мыліца

cái nạng

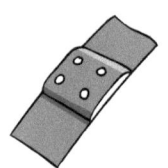

пластыр

băng dán vết thương

бінт

băng bó

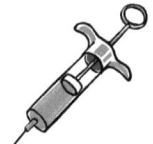

ін'екцыя

tiêm thuốc

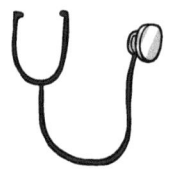

стэтаскоп

ống nghe khám bệnh

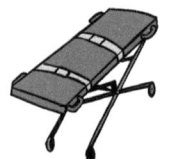

насілкі

băng ca

градуснік

nhiệt kế

нараджэнне

sinh đẻ

лішняя вага

thừa cân

слухавы апарат

máy trợ thính

дэзінфекцыйны сродак

chất khử trùng

інфекцыя

nhiễm trùng

вірус

vi rút

ВІЧ/СНІД

HIV / AIDS

лекі

thuốc

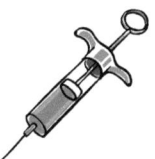

прышчэпка

tiêm chủng

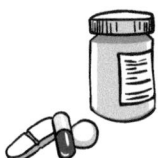

таблеткі

thuốc viên

супрацьзачаткавая
таблетка

viên thuốc

экстраны выклік

gọi cấp cứu

танометр

máy đo huyết áp

хворы / здаровы

bệnh / khỏe mạnh

Ратуйце!

cứu!

сігналізацыя

báo động

напад

cuộc đột kích

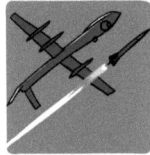

атака

sự tấn công

небяспека

mối nguy hiểm

аварыйны выхад

lối thoát hiểm

Пажар!

cháy!

вогнетушыцель

bình chữa cháy

аварыя

tai nạn

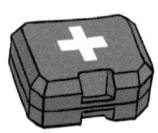

аптэчка

bộ dụng cụ sơ cứu

СОС

SOS

паліцыя

cảnh sát

Еўропа

châu Âu

Паўночная Амерыка

Bắc Mỹ

Паўднёвая Амерыка

Nam Mỹ

Афрыка

châu Phi

Азія

châu Á

Аўстралія

châu Úc

Атлантычны акіян

Đại Tây Dương

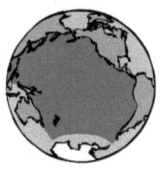

Ціхі акіян

Thái Bình Dương

Індыйскі акіян

Ấn Độ Dương

Паўднёвы ледавіты акіян

Nam Cực Dương

Паўночны ледавіты акіян

Bắc Băng Dương

Паўночны полюс

bắc cực

Паўднёвы полюс

nam cực

Антарктыда

nam cực

Зямля

trái đất

краіна

đất liền

мора

biển

востраў

đảo

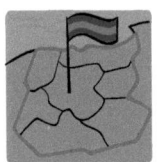

нацыя

quốc gia

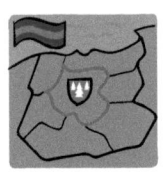

дзяржава

nhà nước

цыферблат

mặt đồng hồ

гадзінная стрэлка

kim chỉ giờ

хвілінная стрэлка

kim chỉ phút

секундная стрэлка

kim chỉ giây

Колькі часу?

Bây giờ là mấy giờ?

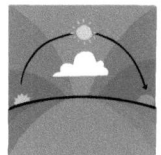

дзень

ngày

час

thời gian

зараз

bây giờ

электронны гадзіннік

đồng hồ điện tử

хвіліна

phút

гадзіна

giờ

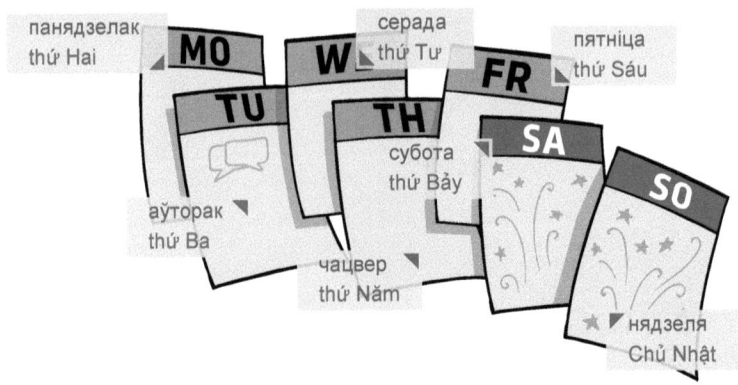

панядзелак
thứ Hai

серада
thứ Tư

пятніца
thứ Sáu

аўторак
thứ Ba

субота
thứ Bảy

чацвер
thứ Năm

нядзеля
Chủ Nhật

ўчора

hôm qua

сёння

hôm nay

заўтра

ngày mai

раніца

buổi sáng

абед

buổi trưa

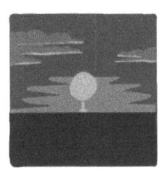

вечар

buổi tối

MO	TU	WE	TH	FR	SA	SU
1	2	3	4	5	6	7
8	9	10	11	12	13	14
15	16	17	18	19	20	21
22	23	24	25	26	27	28
29	30	31	1	2	3	4

працоўныя дні

ngày làm việc

MO	TU	WE	TH	FR	SA	SU
1	2	3	4	5	6	7
8	9	10	11	12	13	14
15	16	17	18	19	20	21
22	23	24	25	26	27	28
29	30	31	1	2	3	4

выхадныя

cuối tuần

год

năm

дождж
mưa
вясёлка
cầu vồng
вецер
gió
снег
tuyết
вясна
mùa xuân
восень
mùa thu
лета
mùa hè
зіма
mùa đông

4.APRIL 11°
5.APRIL 4°
6.APRIL 13°
7.APRIL 8°
8.APRIL 10°

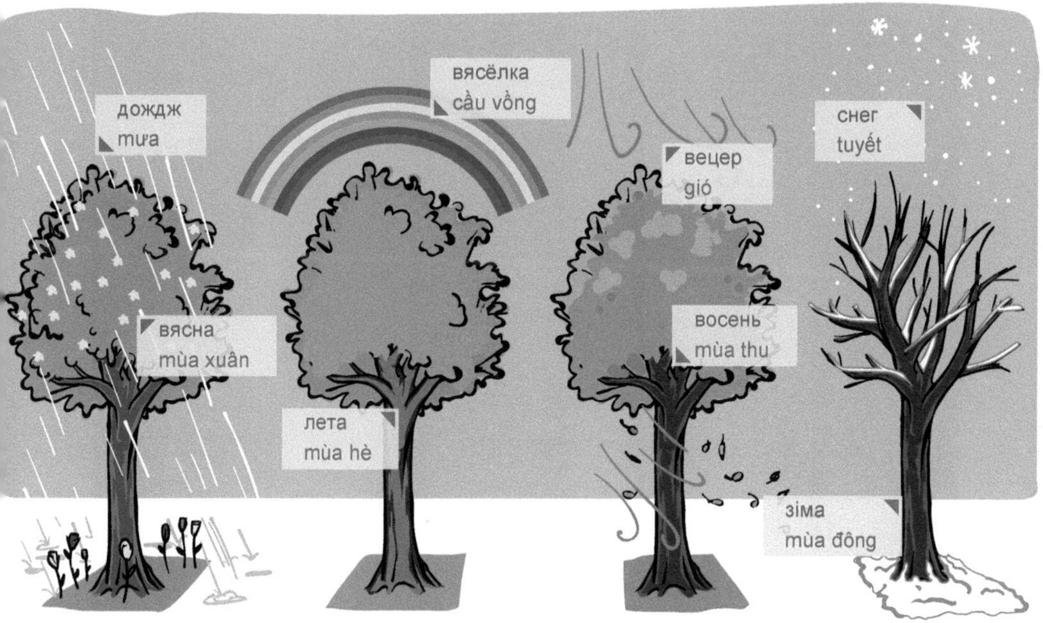

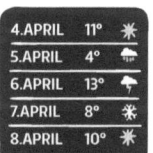

прагноз надвор'я

dự báo thời tiết

F C
120 40
90 30
60 20
30 10
0 0
-30 -10
-20

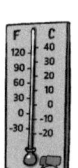

градуснік

nhiệt kế

сонечнае святло

ánh nắng

воблака

mây

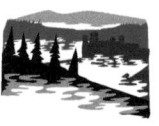

туман

sương mù

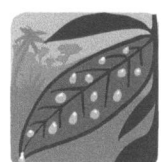

вільготнасць паветра

độ ẩm không khí

маланка

tia chớp

гром

sấm sét

бура

cơn bão

град

mưa đá

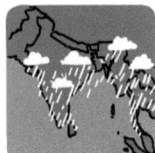

мусонны вецер

gió mùa

прылiў

lũ lụt

лёд

nước đá

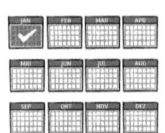

студзень

tháng Một

люты

tháng Hai

сакавiк

tháng Ba

красавiк

tháng Tư

май

tháng Năm

чэрвень

tháng Sáu

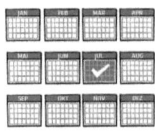

лiпень

tháng Bảy

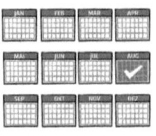

жнiвень

tháng Tám

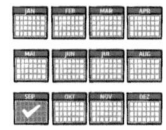

верасень

tháng Chín

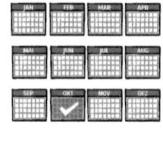

кастрычнік

tháng Mười

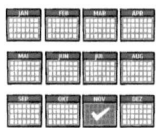

лістапад

tháng Mười Một

снежань

tháng Mười Hai

формы
hình dạng

круг

hình tròn

квадрат

hình vuông

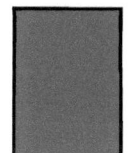

прамавугольнік

hình chữ nhật

трохвугольнік

hình tam giác

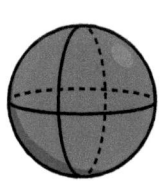

шар

hình cầu

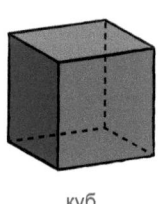

куб

khối vuông

белы
....
màu trắng

жоўты
....
màu vàng

аранжавы
....
màu cam

ружовы
....
màu hồng

чырвоны
....
màu đỏ

фіялетавы
....
màu tím

сіні
....
màu xanh dương

зялёны
....
màu xanh lá cây

карычневы
....
màu nâu

шэры
....
màu xám

чорны
....
màu đen

шмат / мала

nhiều / ít

злы / добры

tức tối / điềm tĩnh

прыгожы / брыдкі

xinh đẹp / xấu xí

пачатак / канец

bắt đầu / kết thúc

высокі / малы

to / nhỏ

светлы / цёмны

sáng / tối

сястра / брат

anh (em) trai / chị (em) gái

чысты / брудны

sạch / bẩn

поўны / няпоўны

đủ / thiếu

дзень / ноч

ngày / đêm

мёртвы / жывы

chết / sống

шырокі / вузкі

rộng / chật hẹp

ядомы / неядомы

ăn được / không ăn được

злы / добры

ác / tử tế

узбуджаны / нудны

hào hứng / chán nản

тоўсты / тонкі

béo / gầy

першы / апошні

đầu tiên / cuối cùng

сябар / вораг

bạn / thù

поўны / пусты

đầy / rỗng

цвёрды / мяккі

cứng / mềm

важкі / лёгкі

nặng / nhẹ

голад / смага

đói / khát

хворы / здаровы

bệnh / khỏe mạnh

нелегальны / легальны

bất hợp pháp / hợp pháp

разумны / дурны

thông minh / ngu

левы / правы

trái / phải

побач / далёка

gần / xa

новы / былы ва ўжыванні
мới / cũ

нічога / нешта
không có gì cả / có cái gì đó

стары / малады
già / trẻ

укл / выкл
bật / tắc

адчынены / зачынены
mở / đóng

ціхі / гучны
im lặng / ồn ào

багаты / бедны
giàu / nghèo

правільна / няправільна
đúng / sai

шурпаты / гладкі
sần sùi / mịn màng

сумны / шчаслівы
buồn / vui

кароткі / доўгі
ngắn / dài

павольны / хуткі
chậm / nhanh

вільготны / сухі
ẩm ướt / khô ráo

цёплы / халаднаваты
ấm áp / mát mẻ

вайна / мір
chiến tranh / hòa bình

0

нуль

số không

1

адзін

một

2

два

hai

3

тры

ba

4

чатыры

bốn

5

пяць

năm

6

шэсць

sáu

7

сем

bảy

8

восем

tám

9

дзевяць

chín

10

дзесяць

mười

11

адзінаццаць

mười một

12

дванаццаць

mười hai

13

трынаццаць

mười ba

14

чатырнаццаць

mười bốn

15

пятнаццаць

mười lăm

16

шаснаццаць

mười sáu

17

сямнаццаць

mười bảy

18

васямнаццаць

mười tám

19

дзевятнаццаць

mười chín

20

дваццаць

hai mươi

100

сто

một trăm

1.000

тысяча

một ngàn

1.000.000

мільён

một triệu

англійская

tiếng Anh

англійская (Амерыка)

tiếng Anh Mỹ

кітайская мандарынская

tiếng Quan Thoại

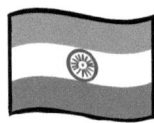

хіндзі

tiếng Hin-di

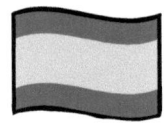

іспанская

tiếng Tây Ban Nha

французская

tiếng Pháp

арабская

tiếng Ả-rập

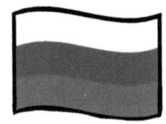

руская

tiếng Nga

партугальская

tiếng Bồ Đào Nha

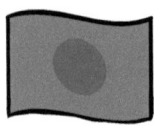

бенгальская

tiếng Bengal

нямецкая

tiếng Đức

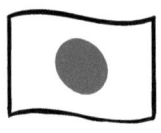

японская

tiếng Nhật

я
....
tôi

ты
....
bạn

ён / яна / яно
....
anh ta / cô ta / nó

мы
....
chúng tôi

вы
....
các bạn

яны
....
họ

хто?
....
ai?

што?
....
cái gì?

як?
....
như thế nào?

дзе?
....
ở đâu?

калі?
....
lúc nào?

імя
....
tên

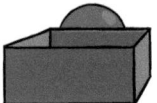

за

phía sau

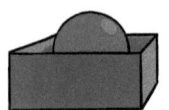

у

ở trong

перад

phía trước

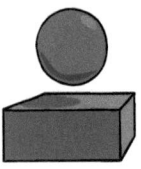

над

phía trên

на

ở trên

пад

ở dưới

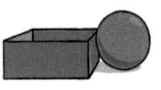

каля

bên cạnh

паміж

ở giữa

месца

chỗ